Impressum
Verlag: BABADADA GmbH, Nedderfeld 112 , 22529 Hamburg
Geschäftsführer / Verlagsleitung: Harald Hof
Druck: Books on Demand GmbH, In de Tarpen 42, 22848 Norderstedt

Imprint
Publisher: BABADADA GmbH, Nedderfeld 112 , 22529 Hamburg, Germany
Managing Director / Publishing direction: Harald Hof
Print: Books on Demand GmbH, In de Tarpen 42, 22848 Norderstedt, Germany

trường học
die Schule

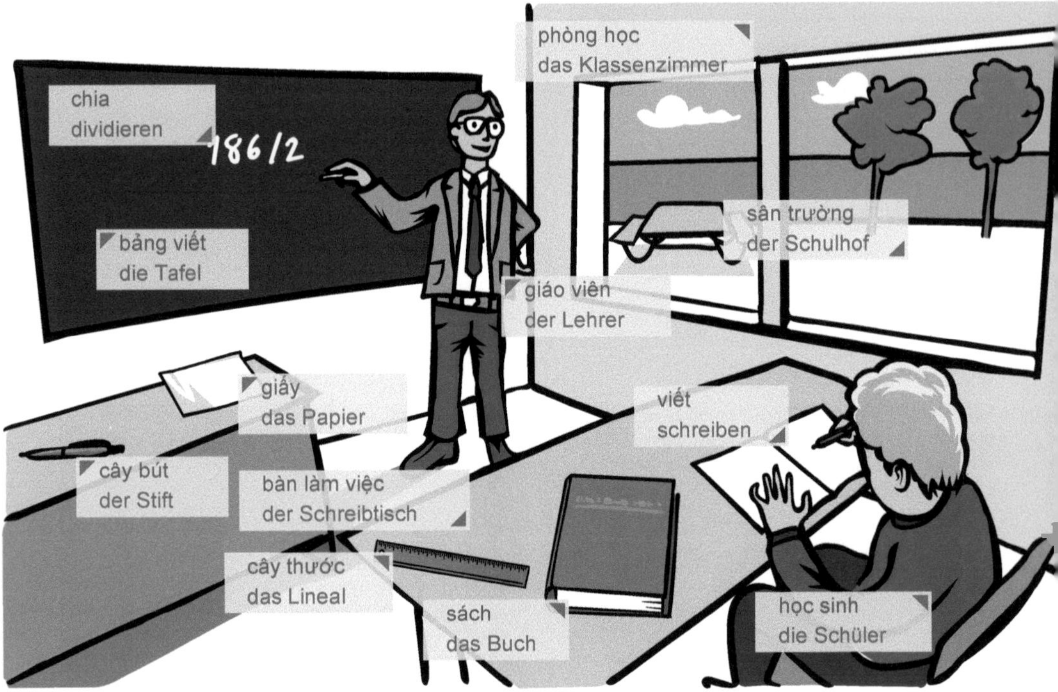
phòng học
das Klassenzimmer
chia
dividieren
186/2
sân trường
der Schulhof
bảng viết
die Tafel
giáo viên
der Lehrer
giấy
das Papier
viết
schreiben
cây bút
der Stift
bàn làm việc
der Schreibtisch
cây thước
das Lineal
sách
das Buch
học sinh
die Schüler

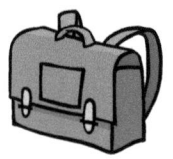

cặp đeo vai học sinh

der Ranzen

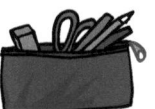

hộp đựng bút

die Federmappe

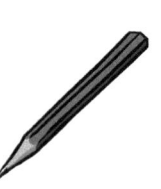

bút chì

der Bleistift

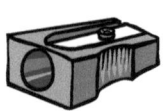

cái gọt bút chì

der Bleistiftanspitzer

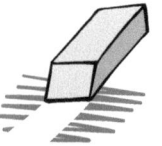

cục tẩy

das Radiergummi

tập giấy vẽ

der Zeichenblock

bản vẽ

die Zeichnung

cọ vẽ

der Pinsel

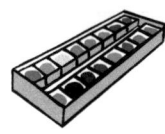

hộp mực vẽ

der Malkasten

cây kéo

die Schere

keo dán

der Klebstoff

sách bài tập

das Übungsheft

bài tập ở nhà

die Hausaufgabe

số

die Zahl

2+2

cộng

addieren

5-2

trừ

subtrahieren

2×2

nhân

multiplizieren

tính toán

rechnen

A

chữ cái

der Buchstabe

ABCDEFG
HIJKLMN
OPQRSTU
VWXYZ

bảng chữ cái

das Alphabet

từ

das Wort

văn bản

der Text

đọc

lesen

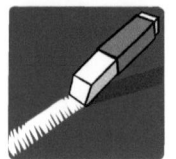

phấn viết

die Kreide

bài học

die Stunde

sổ lớp

das Klassenbuch

thi kiểm tra

die Prüfung

chứng chỉ

das Zeugnis

đồng phục học sinh

die Schuluniform

giáo dục

die Ausbildung

từ điển bách khoa

das Lexikon

đại học

die Universität

kính hiển vi

das Mikroskop

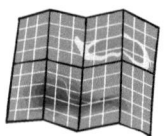

bản đồ

die Karte

thùng rác giấy

der Papierkorb

khách sạn
das Hotel

Grand

nhà trọ
die Herberge

ROOMS

quầy đổi tiền
die Wechselstube

EXCHANGE

va li
der Koffer

xe ô tô
das Auto

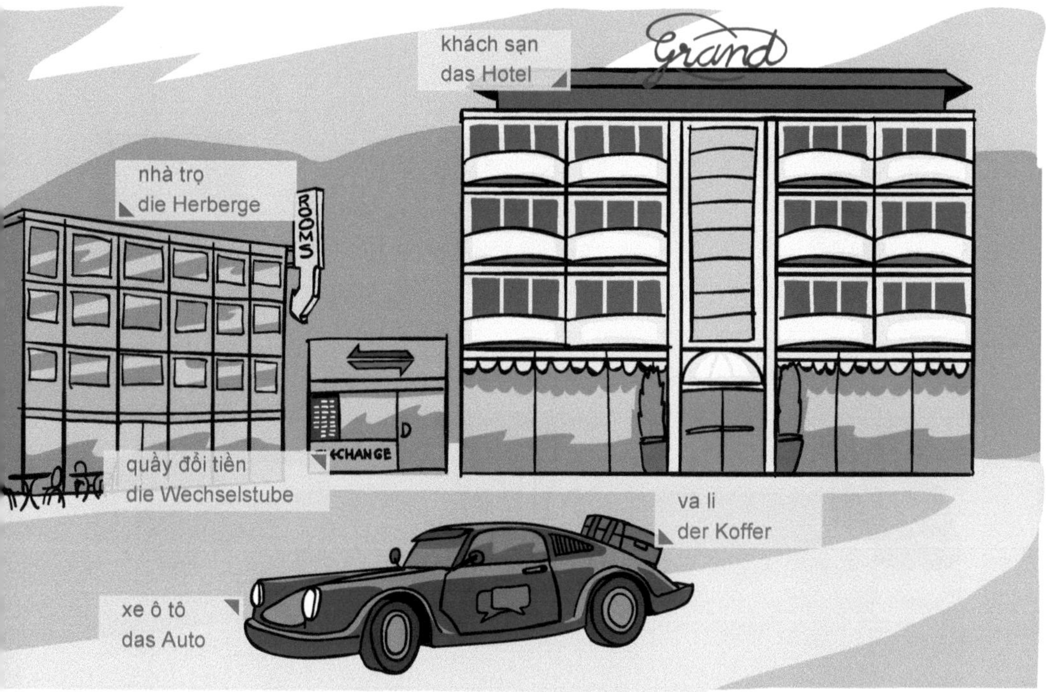

ngôn ngữ
die Sprache

có / không
ja / nein

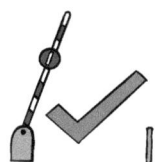

ô kê
Okay

Xin chào
Hallo

thông dịch viên
der Übersetzer

cám ơn
Danke

… bao nhiêu tiền?

Was kostet…?

tôi không hiểu

Ich verstehe nicht

vấn đề

das Problem

Xin chào! (buổi tối)

Guten Abend!

xin chào! (buổi sáng)

Guten Morgen!

chúc ngủ ngon!

Gute Nacht!

tạm biệt

Auf Wiedersehen

hướng đi

die Richtung

hành lý

das Gepäck

túi xách

die Tasche

túi ba lô

der Rucksack

khách

der Gast

phòng

das Zimmer

túi ngủ

der Schlafsack

lều

das Zelt

thông tin du lịch

die Touristeninformation

bãi biển

der Strand

thẻ tín dụng

die Kreditkarte

ăn sáng

das Frühstück

ăn trưa

das Mittagessen

ăn tối

das Abendessen

vé xe

die Fahrkarte

thang máy

der Fahrstuhl

tem bưu điện

die Briefmarke

biên giới

die Grenze

hải quan

der Zoll

đại sứ quán

die Botschaft

thị thực

das Visum

hộ chiếu

der Pass

vận chuyển

der Transport

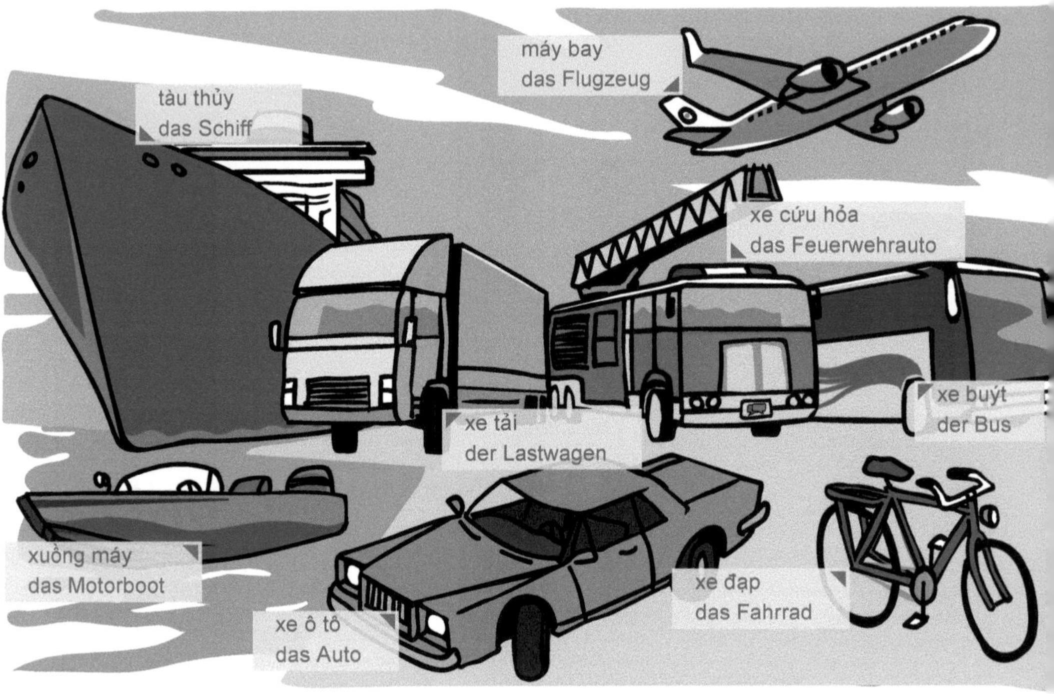
máy bay
das Flugzeug
tàu thủy
das Schiff
xe cứu hỏa
das Feuerwehrauto
xe buýt
der Bus
xe tải
der Lastwagen
xuồng máy
das Motorboot
xe đạp
das Fahrrad
xe ô tô
das Auto

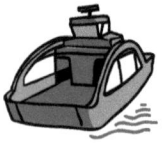

phà

die Fähre

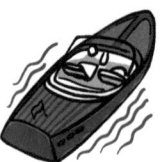

xuồng

das Boot

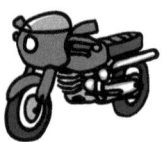

xe máy

das Motorrad

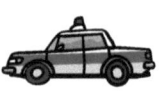

xe cảnh sát

das Polizeiauto

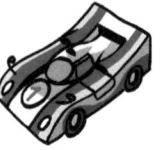

xe đua

das Rennauto

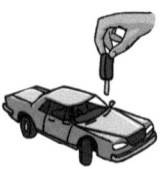

xe cho thuê

der Mietwagen

dịch vụ thuê xe tự lái

das Carsharing

xe kéo cứu hộ

der Abschleppwagen

xe rác

das Müllauto

động cơ

der Motor

xăng

der Kraftstoff

trạm xăng

die Tankstelle

biển báo giao thông

das Verkehrsschild

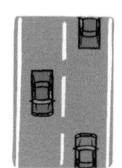

giao thông

der Verkehr

ách tắc giao thông

der Stau

bãi đậu xe

der Parkplatz

nhà ga

der Bahnhof

đường ray

die Schienen

xe lửa

der Zug

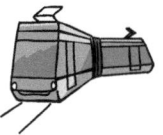

tàu điện

die Straßenbahn

toa xe

der Wagon

máy bay trực thăng

der Helikopter

sân bay

der Flughafen

tháp

der Tower

hành khách

der Passagier

côngtenơ

der Container

thùng các-tông

der Karton

xe đẩy

der Karren

cái giỏ

der Korb

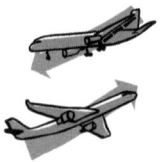

cất cánh / hạ cánh

starten / landen

thành phố

die Stadt

làng

das Dorf

trung tâm thành phố

das Stadtzentrum

nhà

das Haus

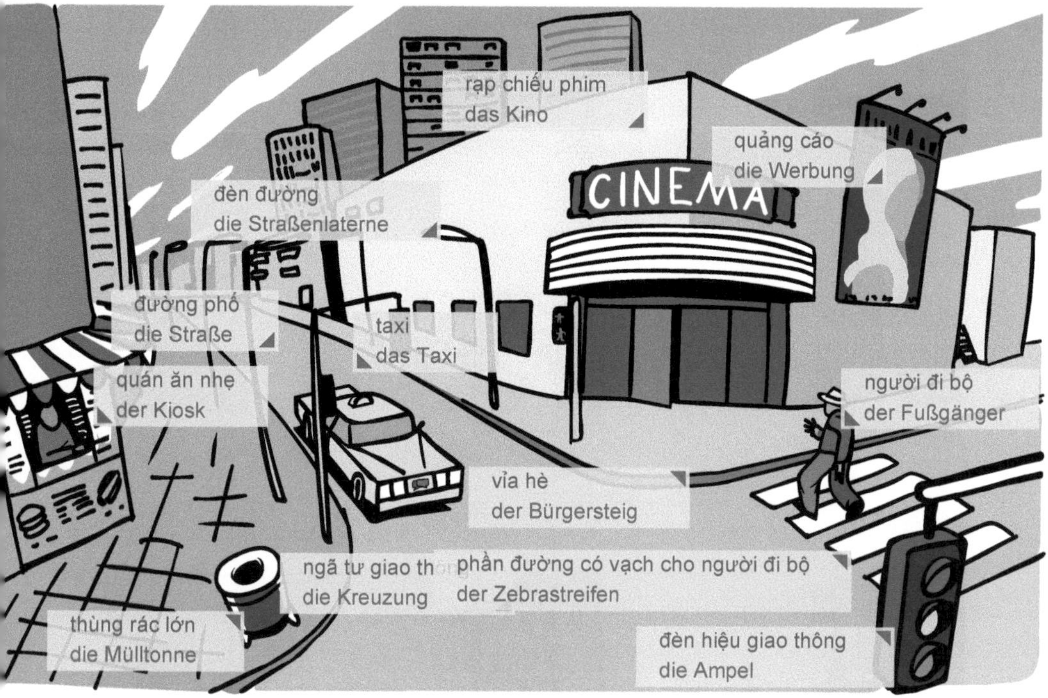

rạp chiếu phim
das Kino

quảng cáo
die Werbung

đèn đường
die Straßenlaterne

đường phố
die Straße

taxi
das Taxi

quán ăn nhẹ
der Kiosk

người đi bộ
der Fußgänger

vỉa hè
der Bürgersteig

ngã tư giao thông
die Kreuzung

phần đường có vạch cho người đi bộ
der Zebrastreifen

thùng rác lớn
die Mülltonne

đèn hiệu giao thông
die Ampel

nhà chòi

die Hütte

căn hộ

die Wohnung

nhà ga

der Bahnhof

tòa thị chính

das Rathaus

viện bảo tàng

das Museum

trường học

die Schule

đại học

die Universität

ngân hàng

die Bank

bệnh viện

das Krankenhaus

khách sạn

das Hotel

hiệu thuốc

die Apotheke

văn phòng

das Büro

hiệu sách

die Buchhandlung

cửa hiệu

das Geschäft

cửa hiệu bán hoa

der Blumenladen

siêu thị

der Supermarkt

chợ

der Markt

cửa hàng bách hóa

das Kaufhaus

người bán cá

der Fischhändler

trung tâm mua bán

das Einkaufszentrum

bến cảng

der Hafen

công viên

der Park

ghế băng

die Bank

cầu

die Brücke

cầu thang

die Treppe

tàu điện ngầm

die U-Bahn

đường hầm

der Tunnel

trạm xe buýt

die Bushaltestelle

quán bar

die Bar

khách sạn

das Restaurant

hòm thư công cộng

der Briefkasten

bảng hiệu đường

das Straßenschild

đồng hồ đậu xe

die Parkuhr

vườn bách thú

der Zoo

bể bơi

die Badeanstalt

nhà thờ Hồi giáo

die Moschee

thành phố - die Stadt

nông trại

der Bauernhof

ô nhiễm môi trường

die Umweltverschmutzung

nghĩa trang

der Friedhof

nhà thờ

die Kirche

sân chơi

der Spielplatz

ngôi đền

der Tempel

phong cảnh
die Landschaft

lá cây
das Blatt

bảng chỉ đường
der Wegweiser

lối đi
der Weg

bãi cỏ
die Wiese

hòn đá
der Stein

cây
der Baum

người đi bộ đường dài
der Wanderer

sông
der Fluss

cỏ
das Gras

bông hoa
die Blume

thung lũng

das Tal

đồi

der Berg

hồ nước

der See

rừng

der Wald

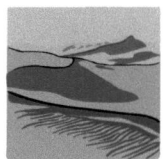

sa mạc

die Wüste

núi lửa

der Vulkan

lâu đài

das Schloss

cầu vồng

der Regenbogen

nấm

der Pilz

cây cọ

die Palme

con muỗi

der Moskito

con ruồi

die Fliege

con kiến

die Ameise

con ong

die Biene

con nhện

die Spinne

bọ cánh cứng

der Käfer

con ếch

der Frosch

con sóc

das Eichhörnchen

con nhím

der Igel

con thỏ

der Hase

con cú

die Eule

con chim

die Vogel

thiên nga

der Schwan

heo rừng

das Wildschwein

con hươu

der Hirsch

nai sừng tấm

der Elch

đê

der Staudamm

tuabin gió

das Windrad

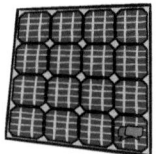

tấm năng lượng mặt trời

das Solarmodul

khí hậu

das Klima

khách sạn
das Restaurant

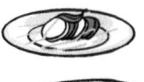

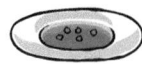

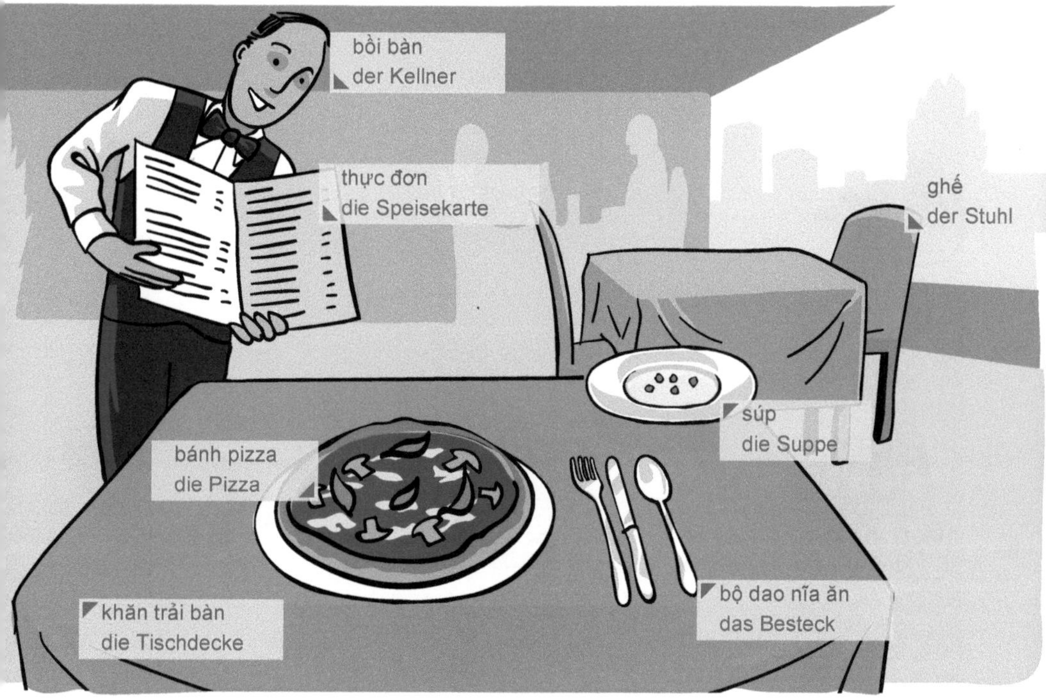

bồi bàn
der Kellner
thực đơn
die Speisekarte
ghế
der Stuhl
súp
die Suppe
bánh pizza
die Pizza
bộ dao nĩa ăn
das Besteck
khăn trải bàn
die Tischdecke

món ăn khai vị

die Vorspeise

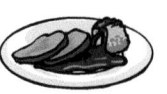

món ăn chính

das Hauptgericht

món tráng miệng

die Nachspeise

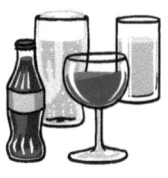

thức uống

die Getränke

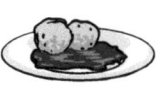

thức ăn

das Essen

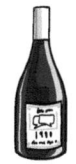

cái chai

die Flasche

thức ăn nhanh

das Fastfood

thức ăn đường phố

das Streetfood

ấm trà

die Teekanne

hộp đường

die Zuckerdose

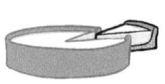

khẩu phần

die Portion

máy pha espresso

die Espressomaschine

ghế cao

der Hochstuhl

hóa đơn

die Rechnung

khay

das Tablett

dao

das Messer

nĩa

die Gabel

thìa

der Löffel

thìa uống trà

der Teelöffel

khăn ăn

die Serviette

cốc thủy tinh

das Glas

đĩa

der Teller

đĩa súp

der Suppenteller

đĩa lót cốc

die Untertasse

nước sốt

die Sauce

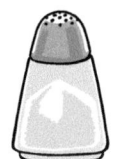

lọ muối

der Salzstreuer

cái xay tiêu

die Pfeffermühle

giấm

der Essig

dầu

das Öl

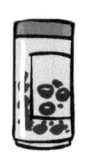

gia vị

die Gewürze

nước xốt cà chua

das Ketchup

tương hạt cải

der Senf

nước sốt mayonnaise

die Mayonnaise

siêu thị
der Supermarkt

chào giá đặc biệt
das Angebot
FOR
khách hàng
der Kunde
sản phẩm từ sữa
die Milchprodukte
trái cây
das Obst
xe đẩy mua sắm
der Einkaufswagen

BUTCHERS

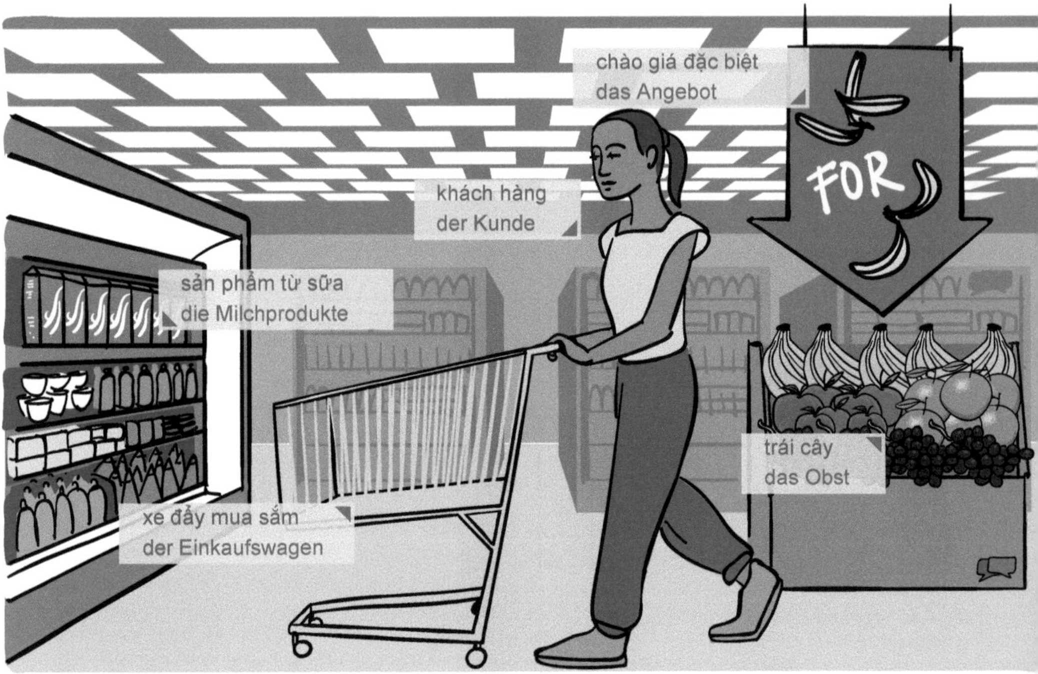

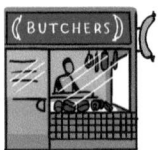

lò mổ

die Schlachterei

BAKERY

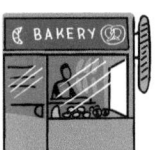

cửa hiệu bán bánh mì

die Bäckerei

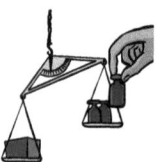

cân nặng

wiegen

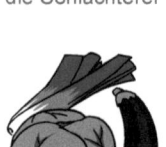

rau quả

das Gemüse

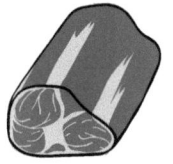

thịt

das Fleisch

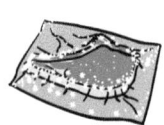

thức ăn đông lạnh

die Tiefkühlkost

lát thịt nguội

der Aufschnitt

đồ hộp

die Konserven

bột giặt

das Waschmittel

đồ ngọt

die Süßigkeiten

sản phẩm dùng trong gia đình

die Haushaltsartikel

chất tẩy rửa

das Reinigungsmittel

người bán hàng

die Verkäuferin

quầy trả tiền

die Kasse

nhân viên thu ngân

der Kassierer

danh sách mua sắm

die Einkaufsliste

giờ mở cửa

die Öffnungszeiten

ví tiền

die Brieftasche

thẻ tín dụng

die Kreditkarte

túi đeo

die Tasche

túi ny lông

die Plastiktüte

thức uống
die Getränke

nước
das Wasser

nước quả ép
der Saft

sữa
die Milch

coca-cola
die Cola

rượu vang
der Wein

bia
das Bier

cồn
der Alkohol

cacao
der Kakao

trà
der Tee

cà phê
der Kaffee

espresso
der Espresso

cappuccino
der Cappuccino

chuối

die Banane

quả táo

der Apfel

quả cam

die Orange

dưa hấu

die Melone

chanh

die Zitrone

cà rốt

die Karotte

tỏi

der Knoblauch

tre

der Bambus

củ hành

die Zwiebel

nấm

der Pilz

hạt dẻ

die Nüsse

mì

die Nudeln

mì spaghetti

die Spaghetti

cơm

der Reis

xà lách

der Salat

khoai tây chiên

die Pommes frites

khoai tây chiên

die Bratkartoffeln

bánh pizza

die Pizza

bánh hamburger

der Hamburger

bánh mì sandwich

das Sandwich

thịt côtlet

das Schnitzel

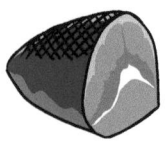

thịt giăm bông

der Schinken

xúc xích

die Salami

dồi

die Wurst

gà

das Huhn

rán

der Braten

cá

der Fisch

cháo yến mạch

die Haferflocken

cháo muesli

das Müsli

bánh bột ngô nướng

die Cornflakes

bột mì

das Mehl

bánh sừng bò

das Croissant

bánh mì

das Brötchen

bánh mì

das Brot

bánh mì nướng

der Toast

bánh bích quy

die Kekse

bơ

die Butter

sữa đông

der Quark

bánh ngọt

der Kuchen

trứng

das Ei

trứng rán

das Spiegelei

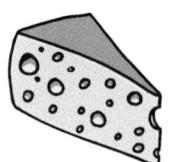

pho mát

der Käse

kem

die Eiscreme

đường

der Zucker

mật ong

der Honig

mứt

die Marmelade

kem nougat

die Nougat-Creme

cà ri

das Curry

thức ăn - das Essen

nông trại
der Bauernhof

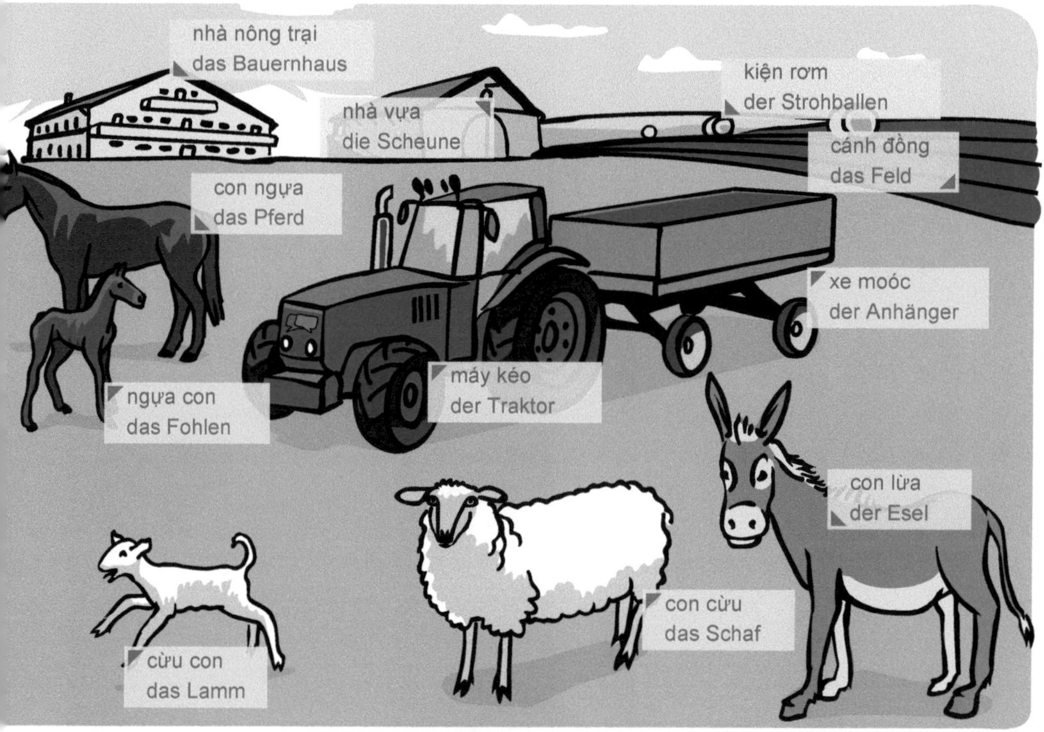
nhà nông trại
das Bauernhaus
nhà vựa
die Scheune
kiện rơm
der Strohballen
cánh đồng
das Feld
con ngựa
das Pferd
xe moóc
der Anhänger
máy kéo
der Traktor
ngựa con
das Fohlen
con lừa
der Esel
con cừu
das Schaf
cừu con
das Lamm

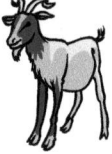

con dê
die Ziege

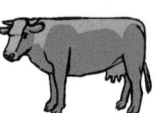

con bò
die Kuh

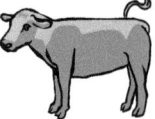

con bê
das Kalb

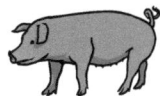

con lợn
das Schwein

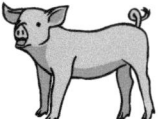

lợn con
das Ferkel

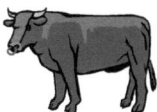

bò đực
der Bulle

con ngỗng

die Gans

con vịt

die Ente

gà con

das Küken

gà mái

das Huhn

gà trống

der Hahn

con chuột

die Ratte

mèo

die Katze

chuột nhắt

die Maus

bò đực

der Ochse

con chó

der Hund

nhà chuồng chó

die Hundehütte

ống tưới vườn cây

der Gartenschlauch

thùng tưới cây

die Gießkanne

lưỡi hái

die Sense

cái cày

der Pflug

cái liềm

die Sichel

cái cuốc

die Hacke

cái chĩa

die Mistgabel

cái rìu

die Axt

xe cút kít

die Schubkarre

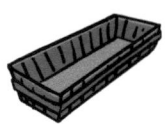

máng ăn

der Trog

lọ sữa

die Milchkanne

bao tải

der Sack

hàng rào

der Zaun

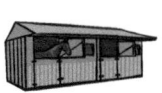

chuồng

der Stall

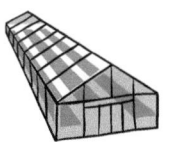

nhà kính trồng cây

das Treibhaus

đất trồng

der Boden

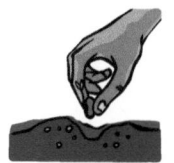

hạt giống

die Saat

phân bón

der Dünger

máy gặt đập liên hợp

der Mähdrescher

thu hoạch

ernten

mùa thu hoạch

die Ernte

khoai lang

die Yamswurzel

lúa mì

der Weizen

đậu nành

das Soja

khoai tây

die Kartoffel

ngô

der Mais

hạt cải dầu

der Raps

cây ăn trái

der Obstbaum

sắn

der Maniok

ngũ cốc

das Getreide

nhà
das Haus

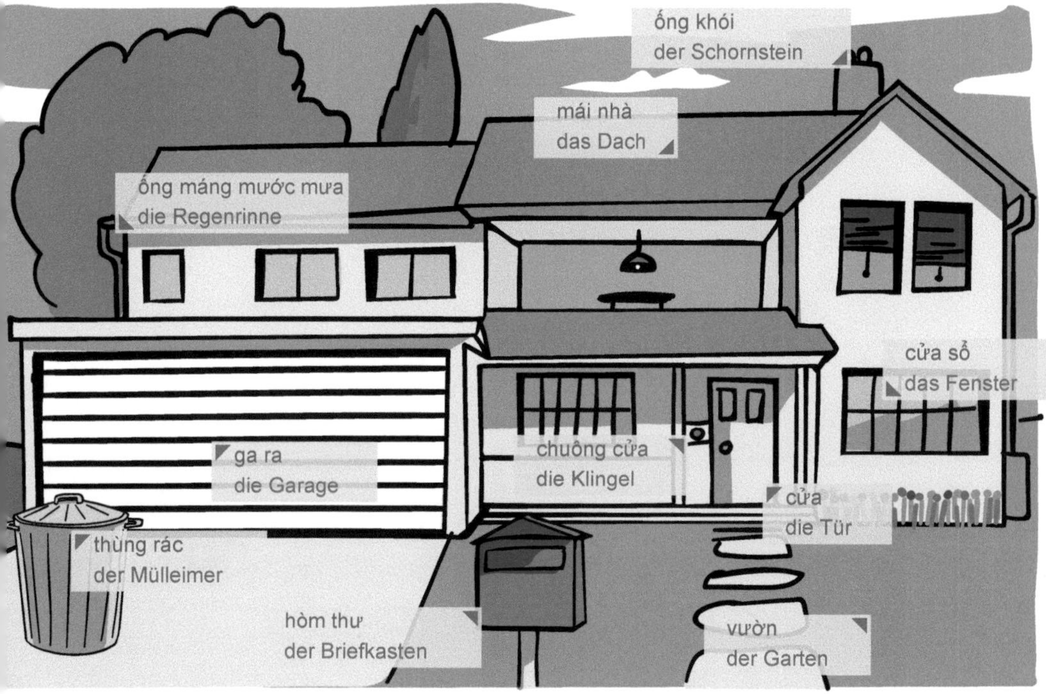
ống khói
der Schornstein
mái nhà
das Dach
ống máng mước mưa
die Regenrinne
cửa sổ
das Fenster
ga ra
die Garage
chuông cửa
die Klingel
cửa
die Tür
thùng rác
der Mülleimer
hòm thư
der Briefkasten
vườn
der Garten

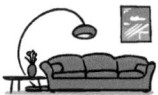

phòng khách

das Wohnzimmer

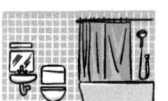

phòng tắm

das Badezimmer

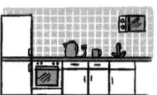

bếp

die Küche

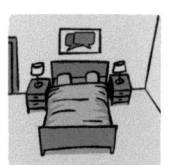

phòng ngủ

das Schlafzimmer

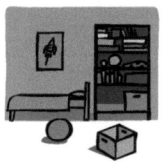

phòng trẻ em

das Kinderzimmer

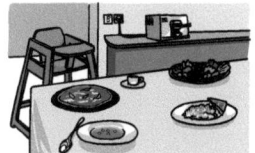

phòng ăn

das Esszimmer

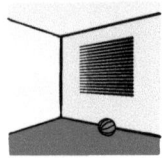

nền nhà
der Boden

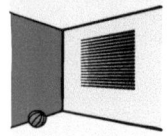

tường
die Wand

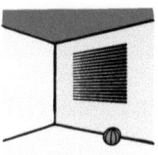

trần nhà
die Decke

tầng hầm
der Keller

tắm hơi
die Sauna

ban công
der Balkon

sân hiên
die Terrasse

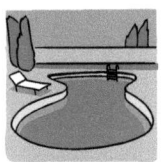

bể bơi
das Schwimmbad

máy cắt cỏ
der Rasenmäher

khăn trải giường
der Bettbezug

khăn trải giường
die Bettdecke

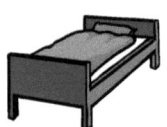

giường
das Bett

chổi
der Besen

cái xô
der Eimer

công tắc điện
der Schalter

phòng khách
das Wohnzimmer

giấy dán tường
die Tapete
hình ảnh
das Bild
đèn
die Lampe
cái kệ
das Regal
tủ
der Schrank
ti vi
der Fernseher
lò sưởi
der Kamin
bông hoa
die Blume
gối
das Kissen
ghế sofa
das Sofa
bình hoa
die Vase
điều khiển từ xa
die Fernbedienung

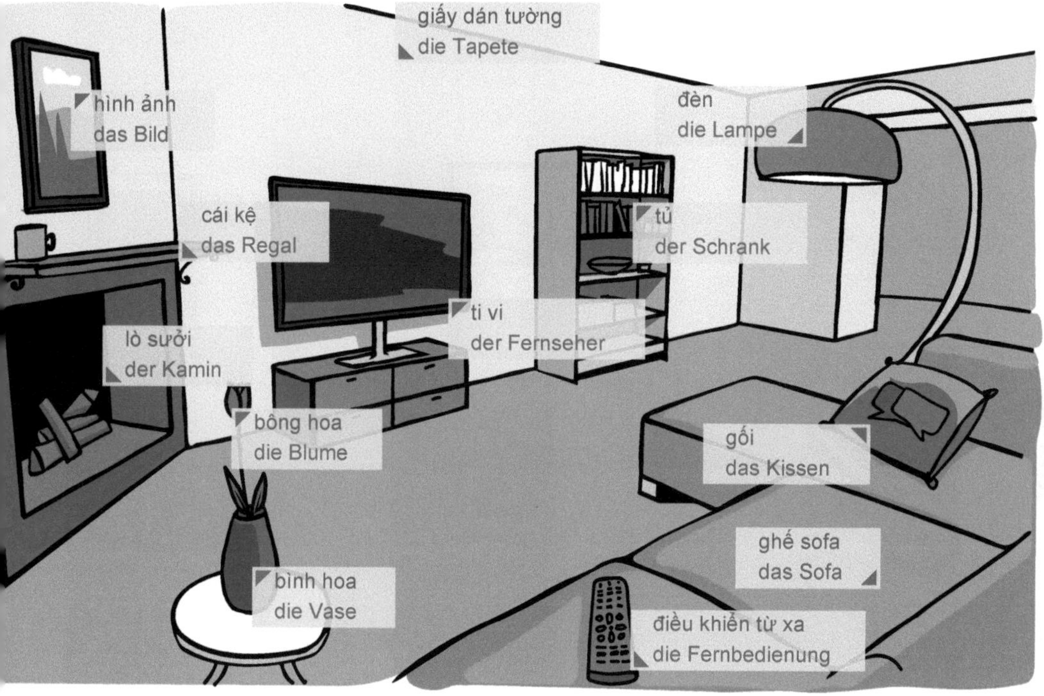

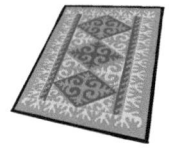

thảm

der Teppich

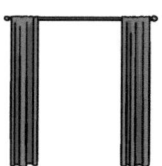

rèm

der Vorhang

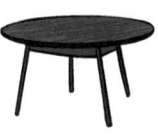

cái bàn

der Tisch

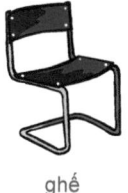

ghế

der Stuhl

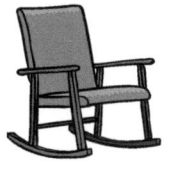

ghế bập bênh

der Schaukelstuhl

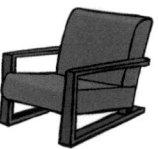

ghế bành

der Sessel

sách

das Buch

cái chăn

die Decke

đồ trang trí

die Dekoration

củi

das Feuerholz

phim

der Film

máy hi-fi

die Stereoanlage

chìa khóa

der Schlüssel

báo

die Zeitung

bức tranh

das Gemälde

áp phích

das Poster

radio

das Radio

sổ ghi chép

der Notizblock

máy hút bụi

der Staubsauger

cây xương rồng

der Kaktus

cây nến

die Kerze

phòng khách - das Wohnzimmer

bếp
die Küche

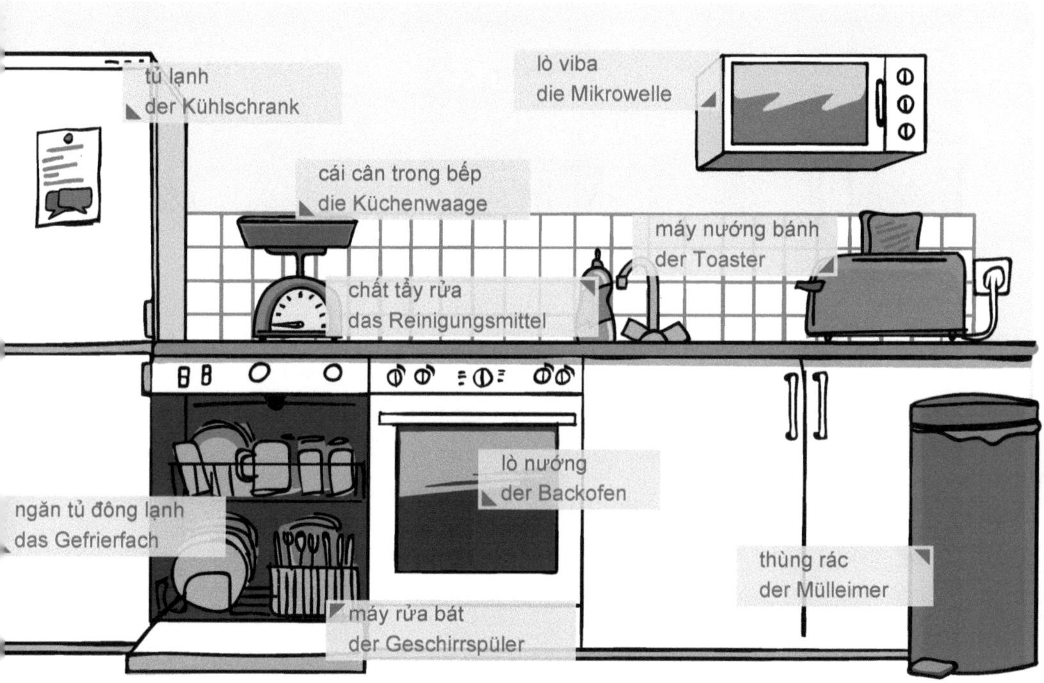
tủ lạnh
der Kühlschrank
lò viba
die Mikrowelle
cái cân trong bếp
die Küchenwaage
máy nướng bánh
der Toaster
chất tẩy rửa
das Reinigungsmittel
lò nướng
der Backofen
ngăn tủ đông lạnh
das Gefrierfach
thùng rác
der Mülleimer
máy rửa bát
der Geschirrspüler

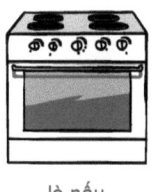

lò nấu

der Herd

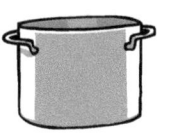

nồi

der Topf

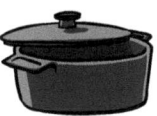

nồi sắt

der Eisentopf

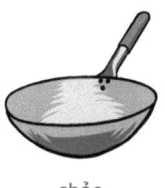

chảo

der Wok / Kadai

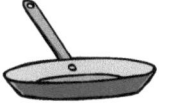

chảo

die Pfanne

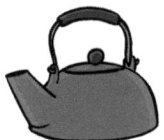

ấm đun nước

der Wasserkocher

nồi đun hơi

der Dampfgarer

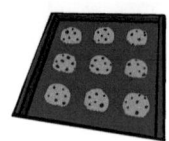

khay lò nướng

das Backblech

bát đĩa

das Geschirr

cốc

der Becher

cái bát

die Schale

đũa

die Essstäbchen

cái vá

die Suppenkelle

bàn xẻng

der Pfannenwender

que đánh kem

der Schneebesen

rây dùng trong bếp

das Kochsieb

cái rây lọc

das Sieb

cái nạo

die Reibe

vữa

der Mörser

vỉ nướng

der Grill

ngọn lửa trần

die Feuerstelle

cái thớt

das Schneidebrett

trục cán bột

das Nudelholz

cái mở nút chai

der Korkenzieher

vỏ đồ hộp

die Dose

cái mở vỏ đồ hộp

der Dosenöffner

miếng nhấc nồi

der Topflappen

bồn rửa bát

das Waschbecken

bàn chải

die Bürste

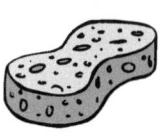

miếng xốp

der Schwamm

máy xay

der Mixer

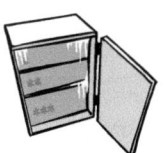

tủ đông lạnh

die Gefriertruhe

bình sữa cho trẻ sơ sinh

die Babyflasche

vòi nước

der Wasserhahn

bếp - die Küche

phòng tắm

das Badezimmer

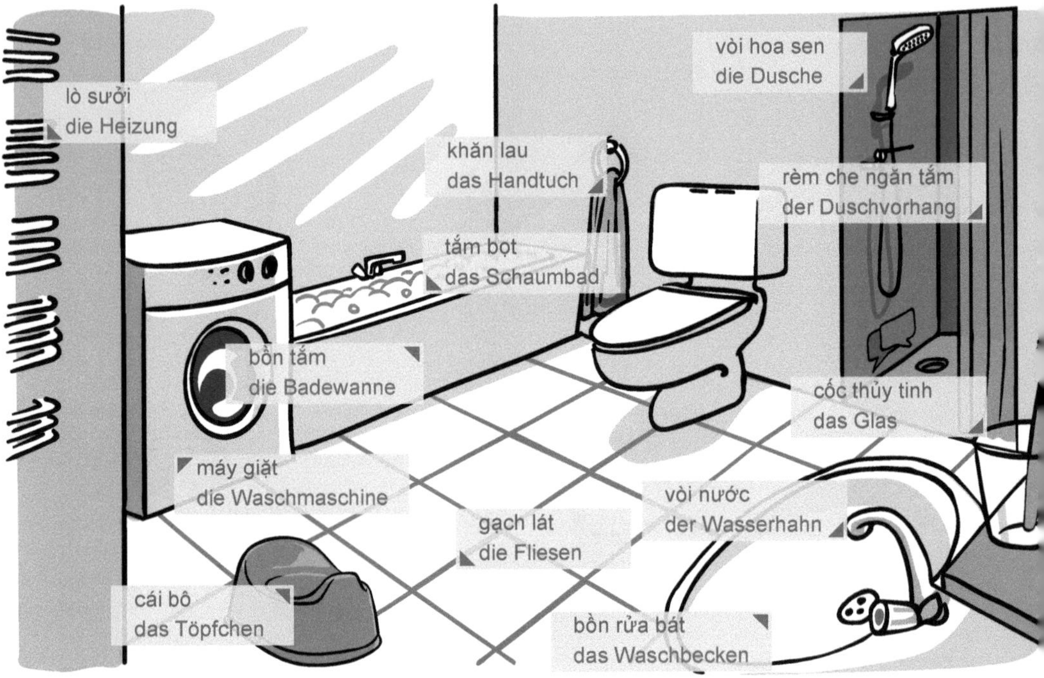
lò sưởi
die Heizung
vòi hoa sen
die Dusche
khăn lau
das Handtuch
rèm che ngăn tắm
der Duschvorhang
tắm bọt
das Schaumbad
bồn tắm
die Badewanne
cốc thủy tinh
das Glas
máy giặt
die Waschmaschine
vòi nước
der Wasserhahn
gạch lát
die Fliesen
cái bô
das Töpfchen
bồn rửa bát
das Waschbecken

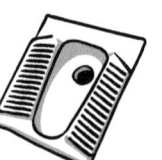

bồn cầu

die Toilette

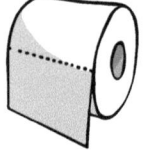

bồn cầu ngồi xổm

die Hocktoilette

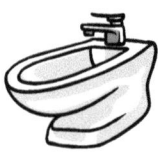

bồn rửa hậu môn

das Bidet

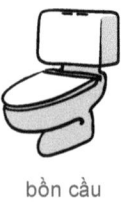

bồn tiểu tiện

das Pissoir

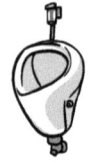

giấy vệ sinh

das Toilettenpapier

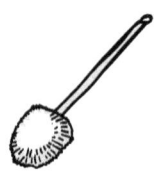

bàn chải cọ bồn cầu

die Toilettenbürste

bàn chải đánh răng

die Zahnbürste

kem đánh răng

die Zahnpasta

chỉ nha khoa

die Zahnseide

rửa

waschen

vòi sen cầm tay

die Handbrause

vòi rửa hậu môn

die Intimdusche

bồn rửa

die Waschschüssel

bàn chải cọ lưng

die Rückenbürste

xà phòng

die Seife

sữa tắm

das Duschgel

dầu gội

das Shampoo

khăn cọ để tắm

der Waschlappen

lỗ thoát nước

der Abfluss

kem

die Creme

chất khử mùi

das Deodorant

phòng tắm - das Badezimmer   39

gương

der Spiegel

gương tay

der Kosmetikspiegel

dao cạo râu

der Rasierer

kem cạo râu

der Rasierschaum

nước thơm dùng sau khi cạo râu

das Rasierwasser

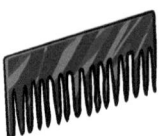

cái lược

der Kamm

bàn chải

die Bürste

máy xấy tóc

der Föhn

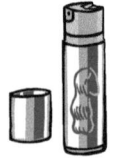

keo xịt tóc

das Haarspray

đồ trang điểm

das Makeup

thỏi son môi

der Lippenstift

sơn bôi móng

der Nagellack

bông

die Watte

kéo cắt móng

die Nagelschere

nước hoa

das Parfum

túi đựng đồ tắm

der Kulturbeutel

ghế đẩu

der Hocker

cái cân

die Waage

áo choàng tắm

der Bademantel

găng tay làm vệ sinh

die Gummihandschuhe

nút gạc

das Tampon

băng vệ sinh

die Damenbinde

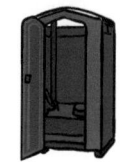

nhà vệ sinh hóa chất

die Chemietoilette

phòng trẻ em
das Kinderzimmer

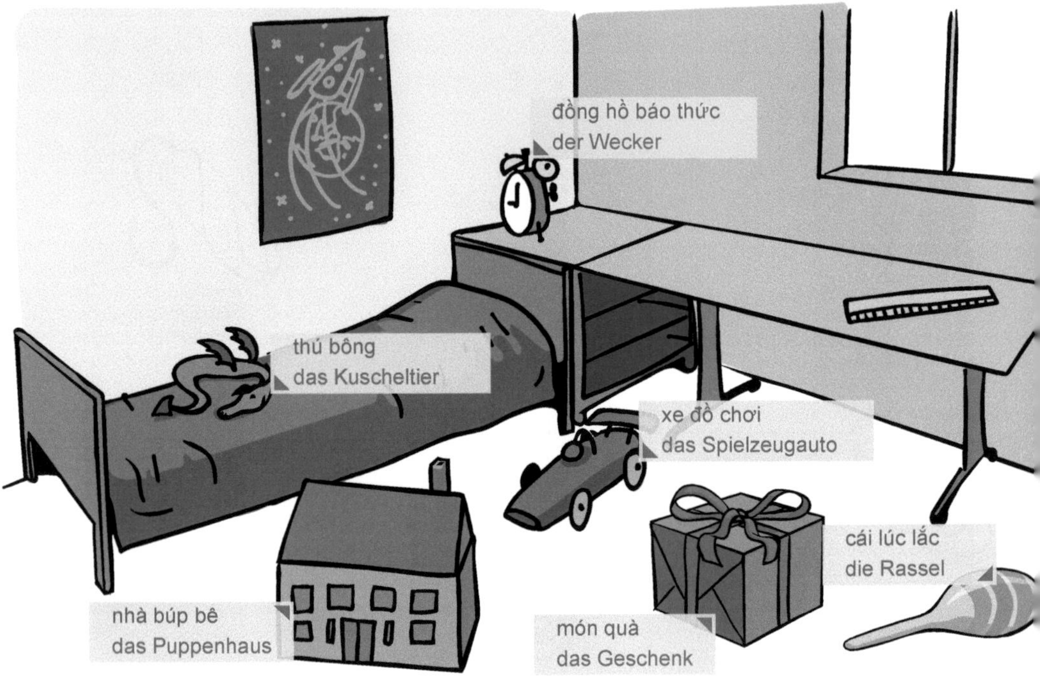
đồng hồ báo thức
der Wecker
thú bông
das Kuscheltier
xe đồ chơi
das Spielzeugauto
cái lúc lắc
die Rassel
nhà búp bê
das Puppenhaus
món quà
das Geschenk

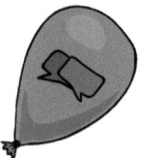

bong bóng

der Ballon

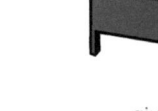

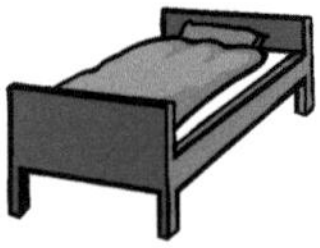

giường

das Bett

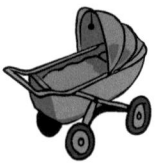

xe nôi

der Kinderwagen

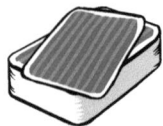

trò chơi bài

das Kartenspiel

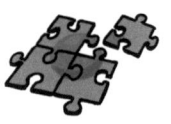

trò chơi ghép hình

das Puzzle

SUPER
MEGA

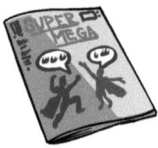

truyện tranh

der Comic

gạch Lego

die Legosteine

khối xếp hình

die Bausteine

nhân vật hành động

die Action Figur

liền quần cho trẻ sơ sinh

der Strampelanzug

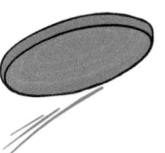

đĩa nhựa để ném

das Frisbee

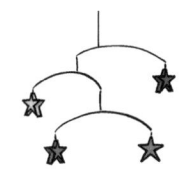

đồ chơi treo trên giường

das Mobile

trò chơi cờ bàn

das Brettspiel

xúc xắc

der Würfel

đồ chơi xe lửa mô hình

die Modelleisenbahn

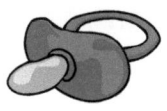

ti giả

der Schnuller

buổi tiệc

die Party

sách tranh

das Bilderbuch

quả bóng

der Ball

búp bê

die Puppe

chơi

spielen

hố cát
der Sandkasten

cái đu
die Schaukel

đồ chơi
das Spielzeug

máy chơi game cầm tay
die Spielkonsole

xe ba bánh
das Dreirad

gấu bông
der Teddy

tủ quần áo
der Kleiderschrank

y phục
die Kleidung

bít tất
die Socken

bít tất dài
die Strümpfe

quần tất
die Strumpfhose

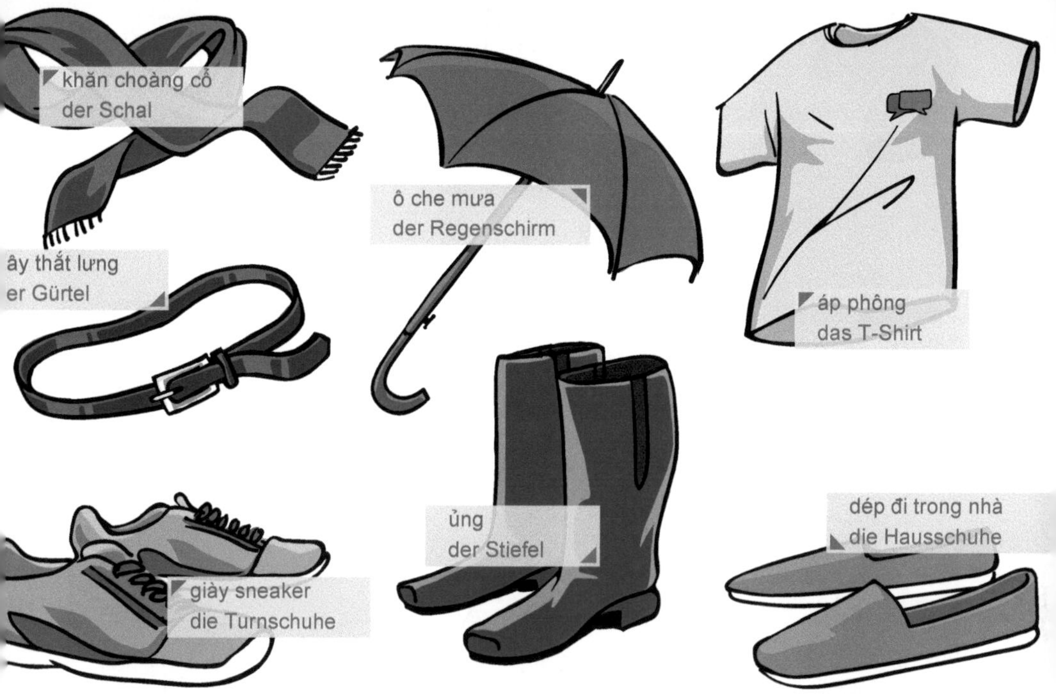

khăn choàng cổ
der Schal

ô che mưa
der Regenschirm

dây thắt lưng
der Gürtel

áp phông
das T-Shirt

giày sneaker
die Turnschuhe

ủng
der Stiefel

dép đi trong nhà
die Hausschuhe

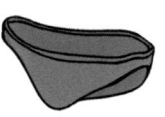

dép xăng đan
die Sandalen

giày
die Schuhe

ủng cao su
die Gummistiefel

quần lót
die Unterhose

áo ngực
der Büstenhalter

áo vest
das Unterhemd

áo ôm sát cơ thể

der Body

quần dài

die Hose

quần bò

die Jeans

váy

der Rock

áo cánh

die Bluse

áo sơ mi

das Hemd

áo len chui đầu

der Pullover

áo len

der Kapuzenpullover

áo blazer

der Blazer

áo jacket

die Jacke

áo khoác

der Mantel

áo mưa

der Regenmantel

trang phục

das Kostüm

áo váy

das Kleid

áo cưới

das Hochzeitskleid

bộ com lê
....
der Anzug

áo ngủ
....
das Nachthemd

pijama

der Schlafanzug

trang phục sari
....
der Sari

khăn trùm đầu
....
das Kopftuch

khăn đội đầu
....
der Turban

áo burka
....
die Burka

áo captan
....
der Kaftan

áo aba
....
die Abaya

quần áo bơi
....
der Badeanzug

quần bơi
....
die Badehose

quần đùi
....
die kurze Hose

quần áo tracksuit
....
der Trainingsanzug

tạp dề
....
die Schürze

găng tay
....
die Handschuhe

cái cúc

der Knopf

kính mắt

die Brille

vòng đeo tay

das Armband

vòng cổ

die Halskette

nhẫn

der Ring

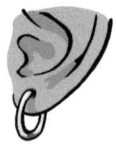

hoa tai

der Ohrring

mũ lưỡi trai

die Mütze

cái mắc treo áo quần

der Kleiderbügel

mũ

der Hut

cà vạt

die Krawatte

dây kéo phéc mơ tuya

der Reißverschluss

mũ bảo hiểm

der Helm

dây đeo quần

der Hosenträger

đồng phục học sinh

die Schuluniform

đồng phục

die Uniform

yếm trẻ em
das Lätzchen

ti giả
der Schnuller

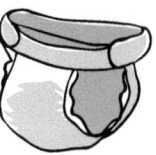

tã lót
die Windel

văn phòng
das Büro

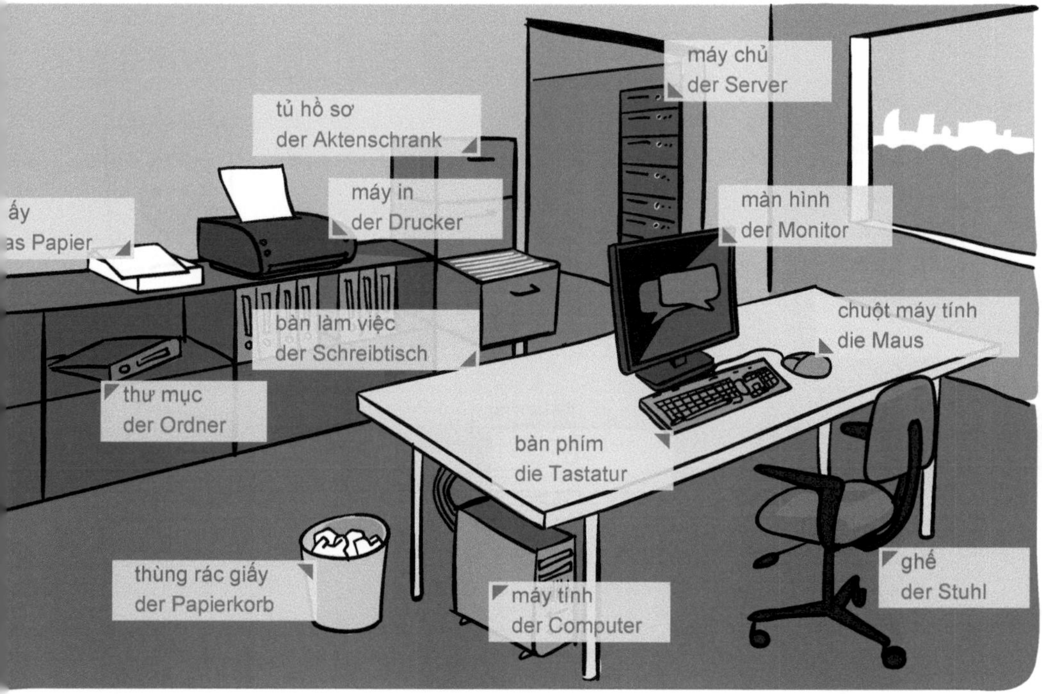

máy chủ
der Server

tủ hồ sơ
der Aktenschrank

máy in
der Drucker

màn hình
der Monitor

áy
as Papier

bàn làm việc
der Schreibtisch

chuột máy tính
die Maus

thư mục
der Ordner

bàn phím
die Tastatur

thùng rác giấy
der Papierkorb

máy tính
der Computer

ghế
der Stuhl

cốc cà phê
der Kaffeebecher

máy tính bỏ túi
der Taschenrechner

internet
das Internet

laptop
der Laptop

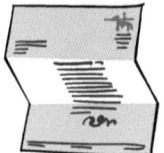

thư
der Brief

tin nhắn
die Nachricht

điện thoại di động
das Handy

mạng
das Netzwerk

máy photocopy
der Kopierer

phần mềm
die Software

điện thoại
das Telefon

ổ cắm điện
die Steckdose

máy fax
das Fax

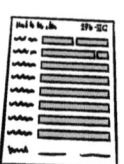

mẫu đơn
das Formular

chứng từ
das Dokument

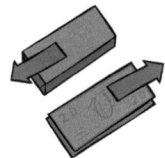

mua
kaufen

trả tiền
bezahlen

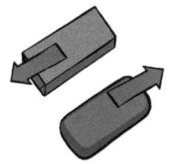

buôn bán
handeln

tiền
das Geld

đô la
der Dollar

Euro
der Euro

yên
der Yen

rúp
der Rubel

franc Thụy Sĩ
der Franken

nhân dân tệ
der Renminbi Yuan

rupi
die Rupie

máy rút tiền tự động
der Geldautomat

quầy đổi tiền

die Wechselstube

vàng

das Gold

bạc

das Silber

dầu

das Öl

năng lượng

die Energie

giá tiền

der Preis

hợp đồng

der Vertrag

thuế

die Steuer

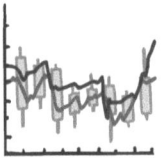

cổ phiếu

die Aktie

làm việc

arbeiten

nhân viên

der Angestellte

chủ lao động

der Arbeitgeber

nhà máy

die Fabrik

cửa hiệu

das Geschäft

nghề nghiệp
die Berufe

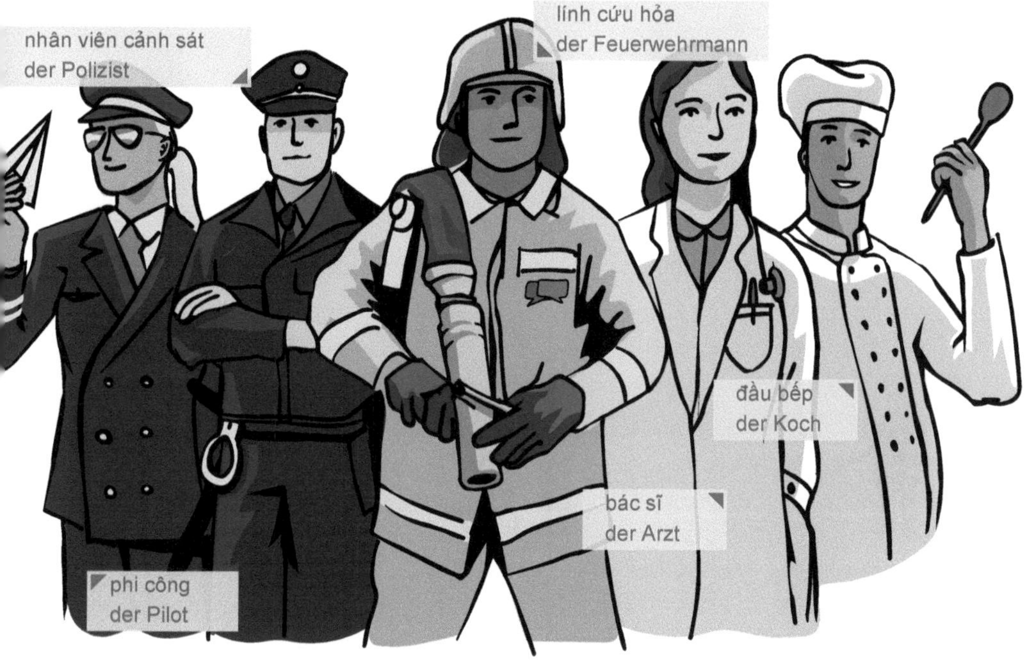
nhân viên cảnh sát
der Polizist
lính cứu hỏa
der Feuerwehrmann
đầu bếp
der Koch
bác sĩ
der Arzt
phi công
der Pilot

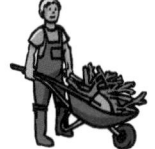

người làm vườn

der Gärtner

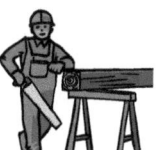

thợ mộc

der Tischler

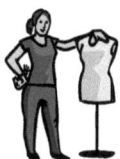

thợ may

die Näherin

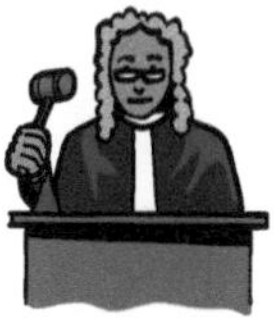

chánh án

der Richter

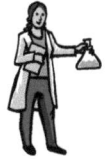

nhà hóa học

der Chemiker

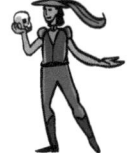

diễn viên

der Schauspieler

tài xế xe buýt

der Busfahrer

người lái taxi

der Taxifahrer

ngư dân

der Fischer

người lau dọn vệ sinh

die Putzfrau

thợ lợp mái nhà

der Dachdecker

bồi bàn

der Kellner

thợ săn

der Jäger

họa sĩ

der Maler

thợ làm bánh

der Bäcker

thợ điện

der Elektriker

thợ xây dựng

der Bauarbeiter

kỹ sư

der Ingenieur

người hàng thịt

der Schlachter

thợ sửa ống nước

der Klempner

người đưa thư

der Postbote

người lính

der Soldat

kiến trúc sư

der Architekt

nhân viên thu ngân

der Kassierer

người bán hoa

der Florist

thợ cắt tóc

der Friseur

nhân viên soát vé

der Schaffner

thợ cơ khí

der Mechaniker

thuyền trưởng

der Kapitän

nha sĩ

der Zahnarzt

nhà khoa học

der Wissenschaftler

giáo sĩ Do thái

der Rabbi

lãnh tụ Hồi giáo

der Imam

nhà sư

der Mönch

mục sư

der Geistliche

dụng cụ
die Werkzeuge

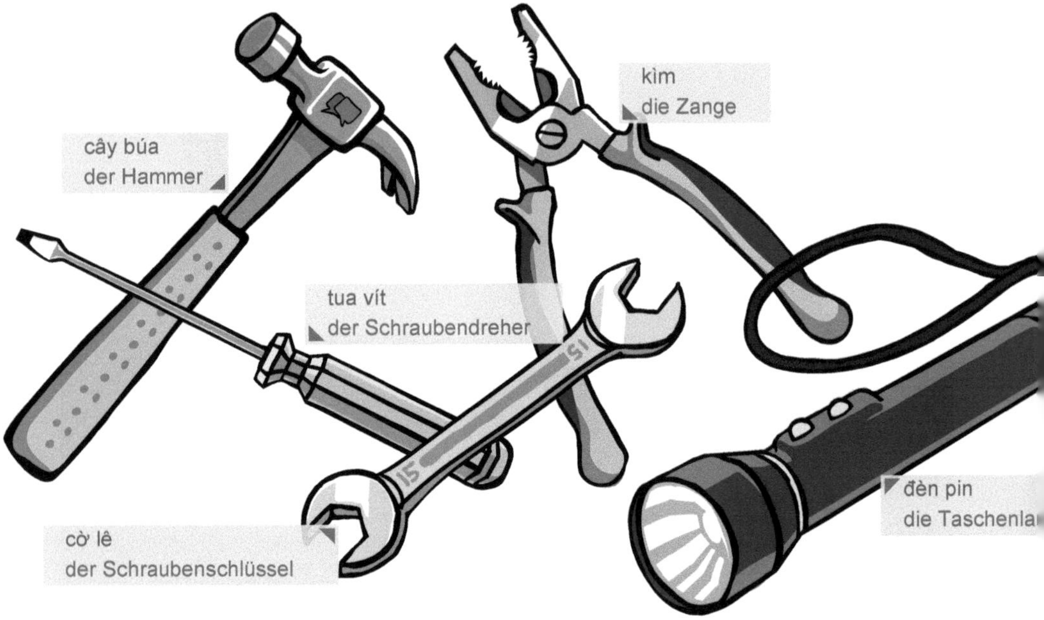
kìm
die Zange
cây búa
der Hammer
tua vít
der Schraubendreher
đèn pin
die Taschenla
cờ lê
der Schraubenschlüssel

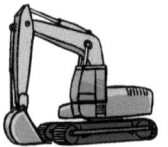

máy xúc đất

der Bagger

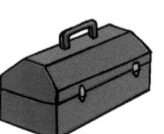

hộp dụng cụ

der Werkzeugkasten

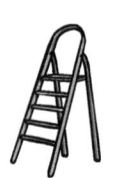

cái thang

die Leiter

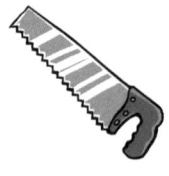

cưa

die Säge

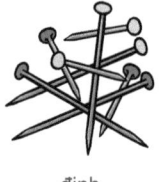

đinh

die Nägel

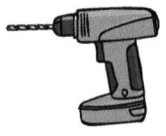

máy khoan

der Bohrer

sửa chữa

reparieren

cái xẻng

die Schaufel

khốn nạn!

Mist!

cái hót rác

das Kehrblech

thùng sơn

der Farbtopf

vít

die Schrauben

nhạc cụ
die Musikinstrumente

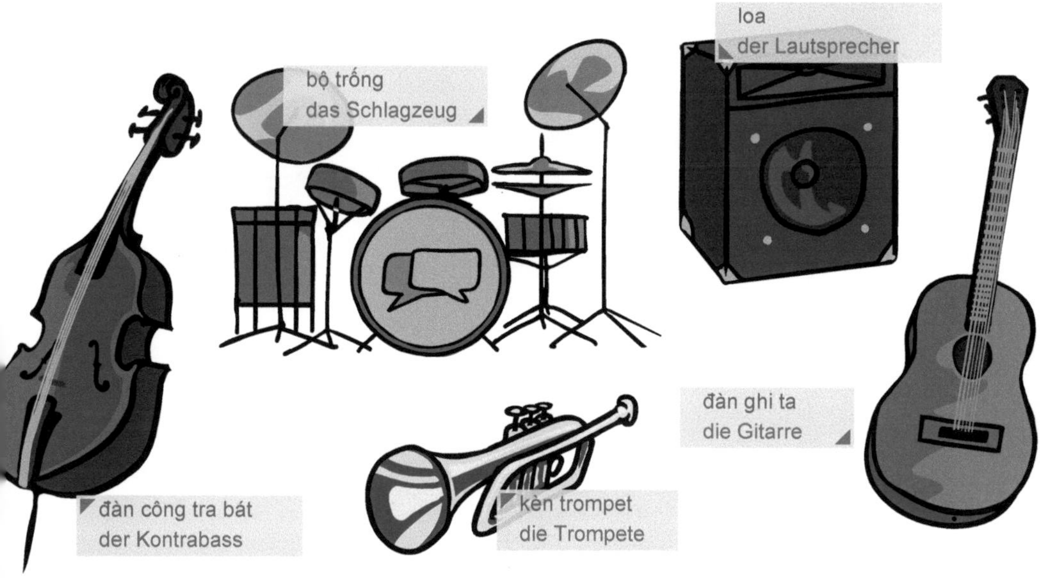

loa
der Lautsprecher

bộ trống
das Schlagzeug

đàn ghi ta
die Gitarre

đàn công tra bát
der Kontrabass

kèn trompet
die Trompete

đàn piano

das Klavier

đàn vĩ cầm

die Violine

ghi ta bass

der Bass

trống định âm

die Pauke

trống

die Trommeln

đàn organ

das Keyboard

kèn Saxophone

das Saxophon

sáo

die Flöte

micro

das Mikrofon

      nhạc cụ - die Musikinstrumente

vườn bách thú
der Zoo

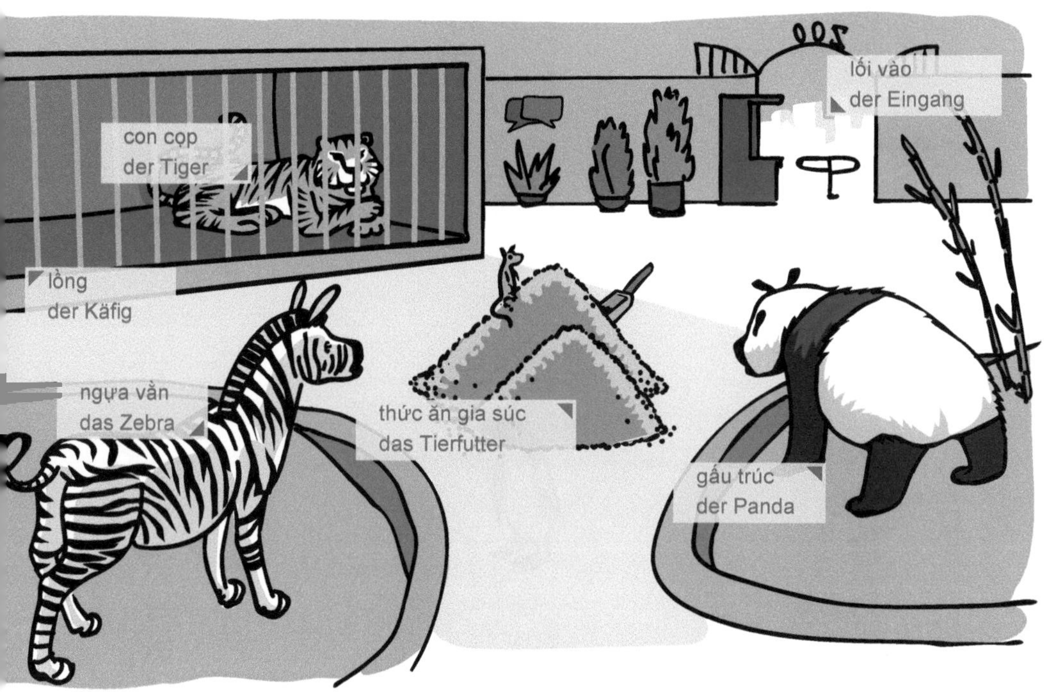
con cọp
der Tiger
lối vào
der Eingang
lồng
der Käfig
ngựa vằn
das Zebra
thức ăn gia súc
das Tierfutter
gấu trúc
der Panda

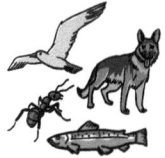

động vật
die Tiere

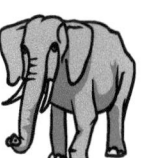

con voi
der Elefant

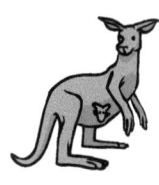

chuột túi
das Känguruh

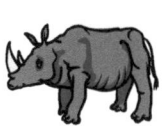

tê giác
das Nashorn

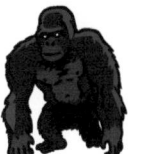

khỉ đột
der Gorilla

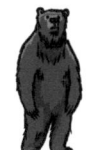

con gấu
der Bär

lạc đà
das Kamel

đà điểu
der Strauß

sư tử
der Löwe

con khỉ
der Affe

hồng hạc
der Flamingo

con vẹt
der Papagei

gấu bắc cực
der Eisbär

chim cánh cụt
der Pinguin

cá mập
der Hai

con công
der Pfau

con rắn
die Schlange

cá sấu
das Krokodil

người trông giữ vườn bách
thú
der Zoowärter

hải cẩu
die Robbe

báo đốm
der Jaguar

ngựa lùn

das Pony

con báo

der Leopard

hà mã

das Nilpferd

hươu cao cổ

die Giraffe

đại bàng

der Adler

heo rừng

das Wildschwein

cá

der Fisch

con rùa

die Schildkröte

hải mã

das Walross

con cáo

der Fuchs

linh dương

die Gazelle

bóng bầu dục Mỹ
das American Football

đua xe đạp
das Radfahren

quần vợt
das Tennis

bóng rổ
der Basketball

bơi
das Schwimmen

đấm bốc
das Boxen

khúc côn cầu trên băng
das Eishockey

bóng đá
der Fußball

cầu lông
das Badminton

điền kinh
die Leichtathletik

bóng ném
der Handball

trượt tuyết
das Skilaufen

polo
das Polo

nhảy
springen

cười
lachen

ôm
umarmen

ca hát
singen

đi bộ
gehen

mơ
träumen

cầu nguyện
beten

hôn
küssen

viết	vẽ	chỉ trỏ
schreiben	zeichnen	zeigen
đẩy	cho	lấy đi
drücken	geben	nehmen

có

haben

làm

tun

thì / là

sein

đứng

stehen

chạy

laufen

kéo

ziehen

ném

werfen

rơi

fallen

nằm

liegen

chờ đợi

warten

mang vác

tragen

ngồi

sitzen

mặc quần áo

anziehen

ngủ

schlafen

thức dậy

aufwachen

xem
ansehen

khóc
weinen

vuốt ve
streicheln

chải
kämmen

nói chuyện
reden

hiểu
verstehen

câu hỏi
fragen

nghe
hören

uống
trinken

ăn
essen

dọn dẹp
aufräumen

yêu
lieben

nấu nướng
kochen

lái xe
fahren

bay
fliegen

đi thuyền buồm

segeln

tính toán

rechnen

đọc

lesen

học

lernen

làm việc

arbeiten

cưới

heiraten

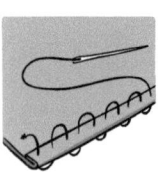

khâu vá

nähen

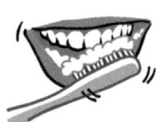

đánh răng

Zähne putzen

giết

töten

hút thuốc

rauchen

gửi đi

senden

các hoạt động - die Aktivitäten

gia đình
die Familie

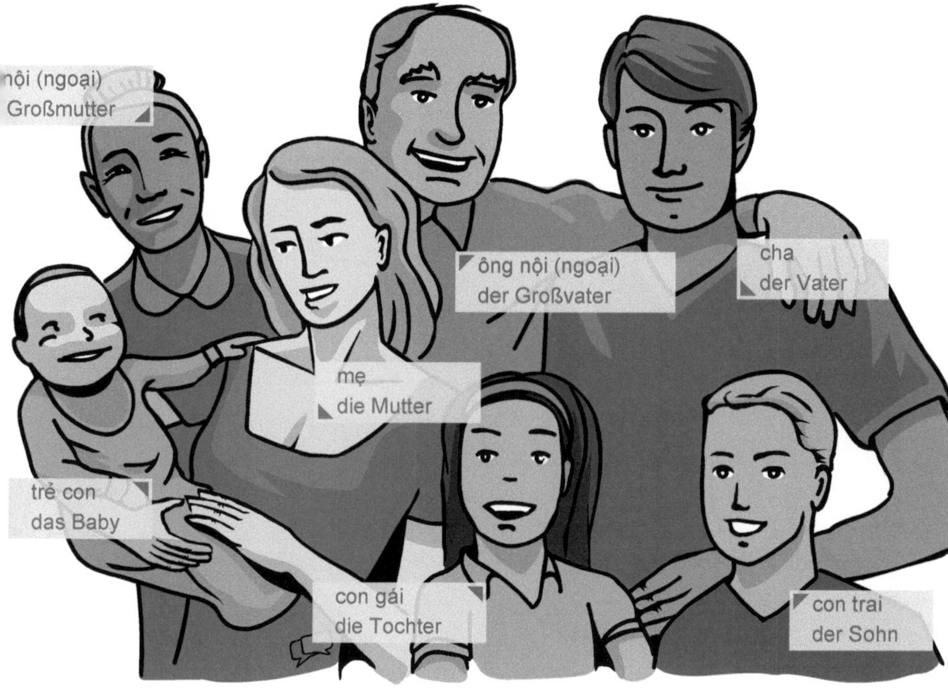

nội (ngoại)
Großmutter
ông nội (ngoại)
der Großvater
cha
der Vater
mẹ
die Mutter
trẻ con
das Baby
con gái
die Tochter
con trai
der Sohn

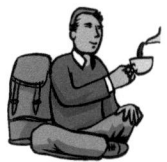

khách

der Gast

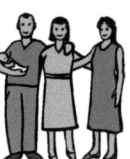

cô (dì)

die Tante

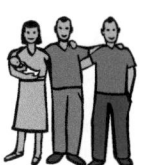

chú, bác (cậu)

der Onkel

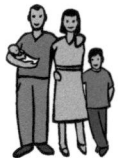

anh (em) trai

der Bruder

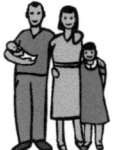

chị (em) gái

die Schwester

cơ thể
der Körper

trán
die Stirn
mắt
das Auge
vai
die Schulter
ngón tay
der Finger
mặt
das Gesicht
cằm
das Kinn
bàn tay
die Hand
chân
das Bein
ngực
die Brust
cánh tay
der Arm

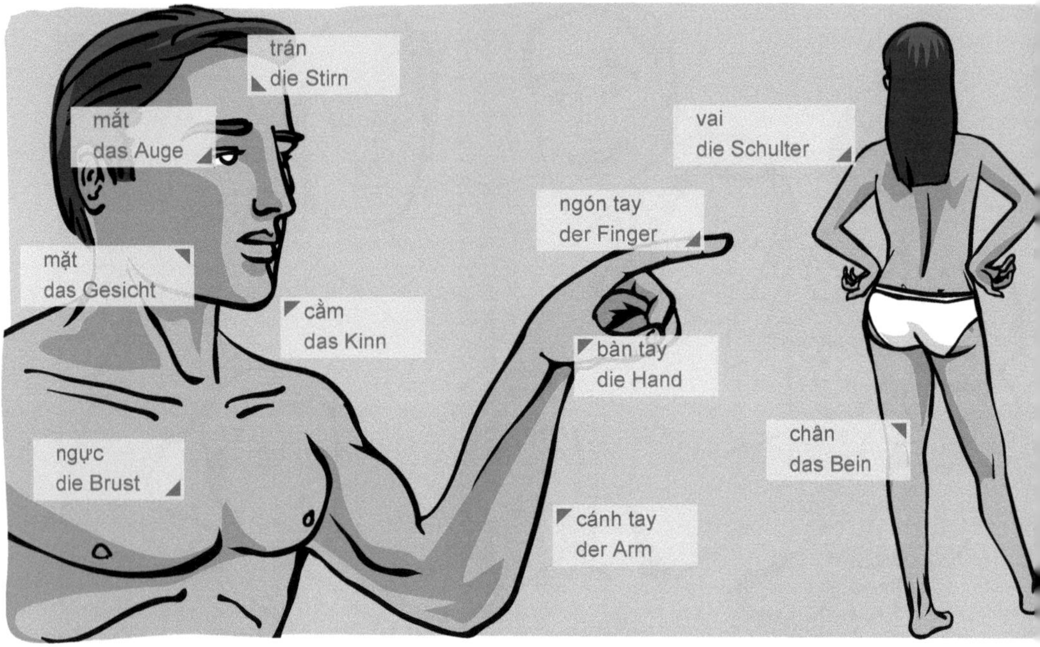

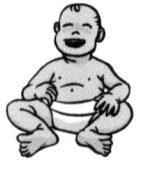

trẻ con

das Baby

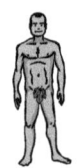

đàn ông

der Mann

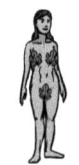

phụ nữ

die Frau

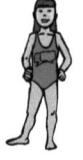

bé gái

das Mädchen

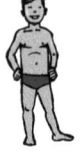

bé trai

der Junge

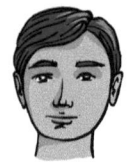

đầu

der Kopf

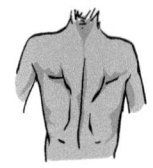

lưng

der Rücken

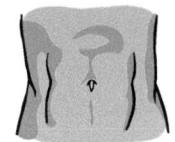

bụng

der Bauch

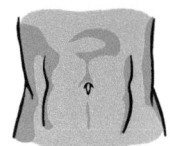

rốn

der Nabel

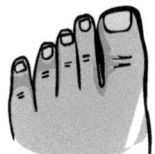

ngón chân

der Zeh

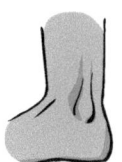

gót chân

die Ferse

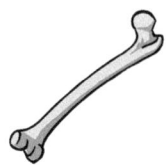

xương

der Knochen

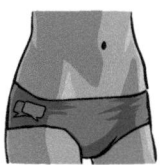

hông

die Hüfte

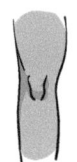

đầu gối

das Knie

khuỷu tay

der Ellenbogen

mũi

die Nase

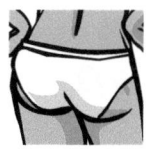

mông

das Gesäß

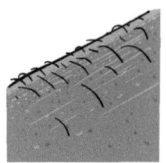

da

die Haut

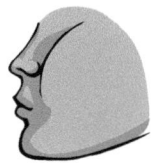

má

die Wange

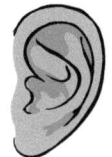

tai

das Ohr

môi

die Lippe

miệng

der Mund

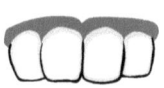

răng

der Zahn

lưỡi

die Zunge

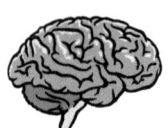

não

das Gehirn

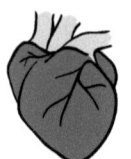

tim

das Herz

cơ bắp

der Muskel

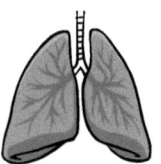

phổi

die Lunge

gan

die Leber

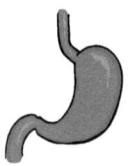

dạ dày

der Magen

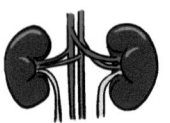

thận

die Nieren

giao hợp

der Geschlechtsverkehr

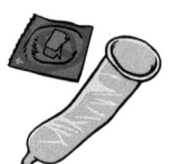

bao cao su

das Kondom

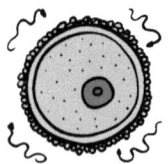

noãn

die Eizelle

tinh dịch

das Sperma

mang thai

die Schwangerschaft

cơ thể - der Körper

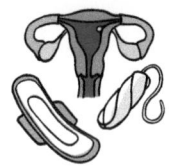

kinh nguyệt

die Menstruation

âm vật

die Vagina

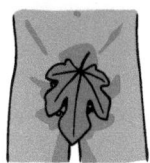

dương vật

der Penis

lông mày

die Augenbraue

tóc

das Haar

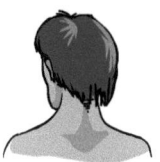

cổ

der Hals

cơ thể - der Körper

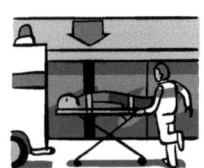

bệnh viện
das Krankenhaus

bệnh viện
das Krankenhaus

xe cứu thương
der Krankenwagen

xe lăn
der Rollstuhl

gãy xương
der Bruch

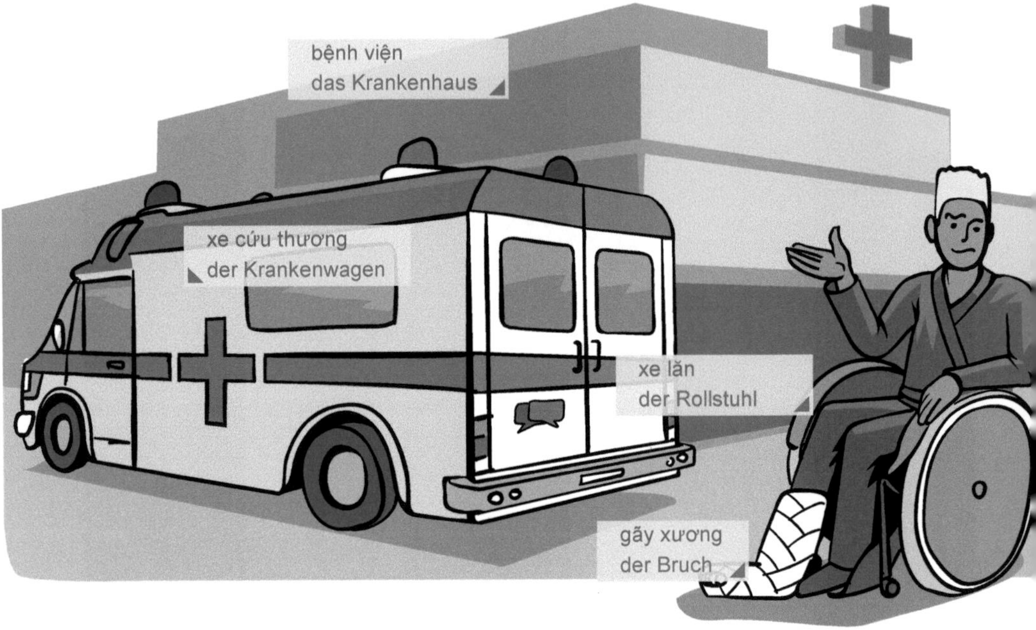

bác sĩ
der Arzt

phòng cấp cứu
die Notaufnahme

y tá
die Krankenschwester

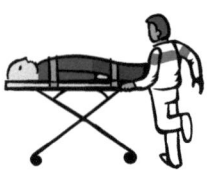

cấp cứu
der Notfall

bất tỉnh
ohnmächtig

cơn đau
der Schmerz

bị thương

die Verletzung

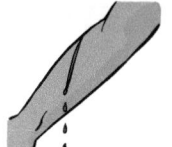

chảy máu

die Blutung

nhồi máu cơ tim

der Herzinfarkt

đột quỵ

der Schlaganfall

dị ứng

die Allergie

ho

der Husten

sốt

das Fieber

cúm

die Grippe

tiêu chảy

der Durchfall

đau đầu

die Kopfschmerzen

ung thư

der Krebs

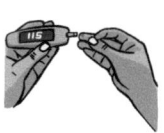

bệnh tiểu đường

die Diabetis

bác sĩ phẫu thuật

der Chirurg

dao mổ

das Skalpell

giải phẫu

die Operation

chụp cắt lớp

das CT

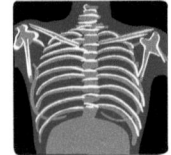

chụp x-quang

das Röntgen

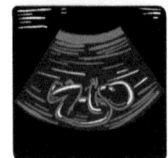

siêu âm

das Ultraschall

mặt nạ

die Maske

bệnh

die Krankheit

phòng đợi

das Wartezimmer

cái nạng

die Krücke

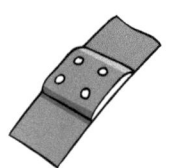

băng dán vết thương

das Pflaster

băng bó

der Verband

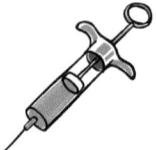

tiêm thuốc

die Injektion

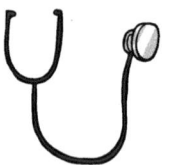

ống nghe khám bệnh

das Stethoskop

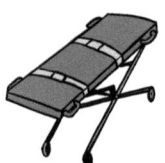

băng ca

die Trage

nhiệt kế

das Thermometer

sinh đẻ

die Geburt

thừa cân

das Übergewicht

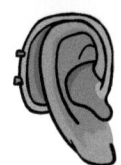

máy trợ thính

das Hörgerät

chất khử trùng

das Desinfektionsmittel

nhiễm trùng

die Infektion

vi rút

das Virus

HIV / AIDS

das HIV / AIDS

thuốc

die Medizin

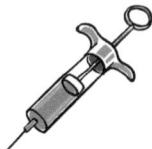

tiêm chủng

die Impfung

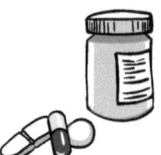

thuốc viên

die Tabletten

viên thuốc

die Pille

gọi cấp cứu

der Notruf

máy đo huyết áp

das Blutdruck-Messgerät

bệnh / khỏe mạnh

krank / gesund

cứu!

Hilfe!

báo động

der Alarm

cuộc đột kích

der Überfall

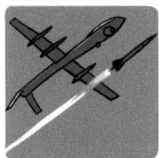

sự tấn công

der Angriff

mối nguy hiểm

die Gefahr

lối thoát hiểm

der Notausgang

cháy!

Feuer!

bình chữa cháy

der Feuerlöscher

tai nạn

der Unfall

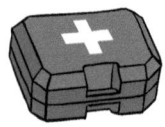

bộ dụng cụ sơ cứu

der Erste-Hilfe-Koffer

SOS

SOS

cảnh sát

die Polizei

châu Âu

das Europa

Bắc Mỹ

das Nordamerika

Nam Mỹ

das Südamerika

châu Phi

das Afrika

châu Á

das Asien

châu Úc

das Australien

Đại Tây Dương

der Atlantik

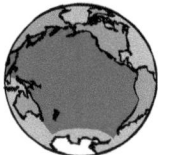

Thái Bình Dương

der Pazifik

Ấn Độ Dương

der Indische Ozean

Nam Cực Dương

der Antarktische Ozean

Bắc Băng Dương

der Arktische Ozean

bắc cực

der Nordpol

nam cực
....
der Südpol

nam cực
....
die Antarktis

trái đất
....
die Erde

đất liền
....
das Land

biển
....
das Meer

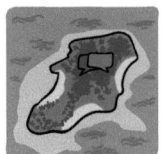

đảo
....
die Insel

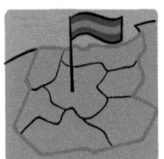

quốc gia
....
die Nation

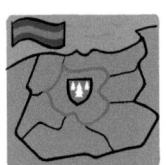

nhà nước
....
der Staat

mặt đồng hồ

das Zifferblatt

kim chỉ giờ

der Stundenzeiger

kim chỉ phút

der Minutenzeiger

kim chỉ giây

der Sekundenzeiger

Bây giờ là mấy giờ?

Wie spät ist es?

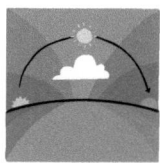

ngày

der Tag

thời gian

die Zeit

bây giờ

jetzt

đồng hồ điện tử

die Digitaluhr

phút

die Minute

giờ

die Stunde

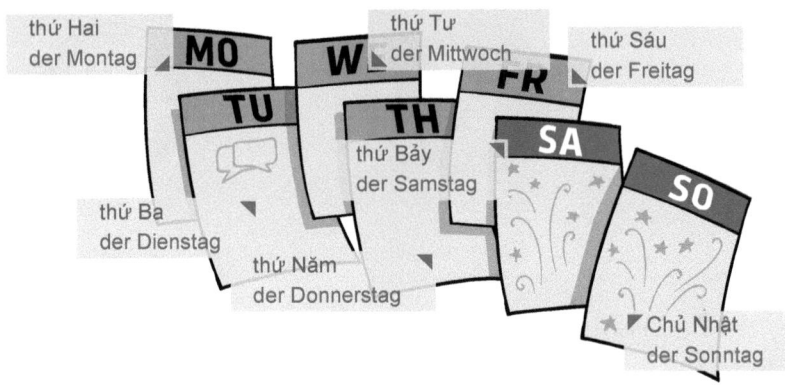

thứ Hai
der Montag

thứ Tư
der Mittwoch

thứ Sáu
der Freitag

thứ Ba
der Dienstag

thứ Bảy
der Samstag

thứ Năm
der Donnerstag

Chủ Nhật
der Sonntag

hôm qua

gestern

hôm nay

heute

ngày mai

morgen

buổi sáng

der Morgen

buổi trưa

der Mittag

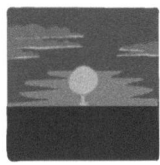

buổi tối

der Abend

ngày làm việc

die Arbeitstage

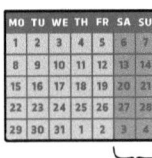

cuối tuần

das Wochenende

năm
das Jahr

mưa
der Regen
cầu vồng
der Regenbogen
tuyết
der Schnee
gió
der Wind
mùa xuân
der Frühling
mùa thu
der Herbst
mùa hè
der Sommer
mùa đông
der Winter

4.APRIL 11°
5.APRIL 4°
6.APRIL 13°
7.APRIL 8°
8.APRIL 10°

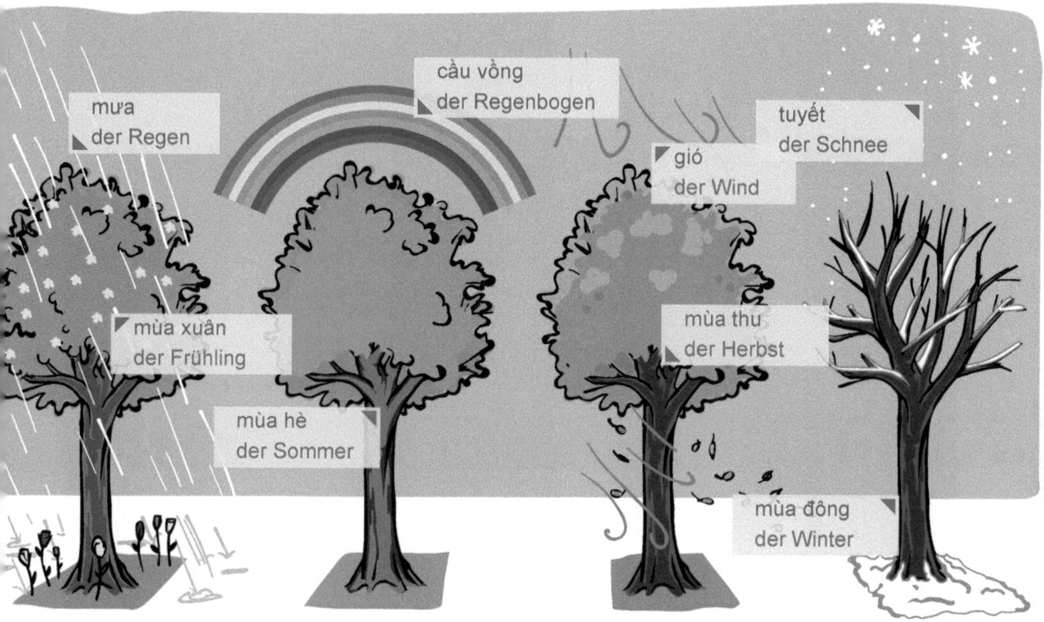

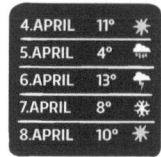

dự báo thời tiết

die Wettervorhersage

F C
120 40
90 30
60 20
30 10
0 0
-30 -10
-20

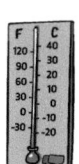

nhiệt kế

das Thermometer

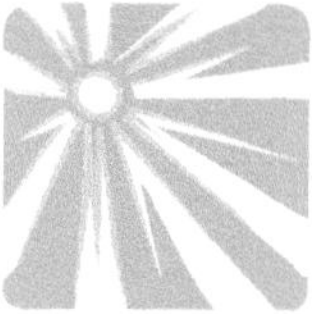

ánh nắng

der Sonnenschein

mây

die Wolke

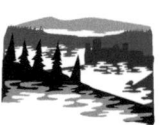

sương mù

der Nebel

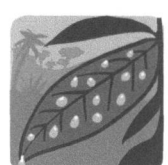

độ ẩm không khí

die Luftfeuchtigkeit

tia chớp

der Blitz

sấm sét

der Donner

cơn bão

der Sturm

mưa đá

der Hagel

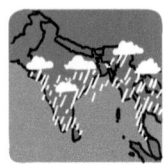

gió mùa

der Monsun

lũ lụt

die Flut

nước đá

das Eis

tháng Một

der Januar

tháng Hai

der Februar

tháng Ba

der März

tháng Tư

der April

tháng Năm

der Mai

tháng Sáu

der Juni

tháng Bảy

der Juli

tháng Tám

der August

tháng Chín

der September

tháng Mười

der Oktober

tháng Mười Một

der November

tháng Mười Hai

der Dezember

hình dạng
die Formen

hình tròn

der Kreis

hình vuông

das Quadrat

hình chữ nhật

das Rechteck

hình tam giác

das Dreieck

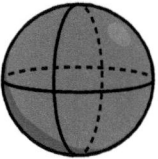

hình cầu

die Kugel

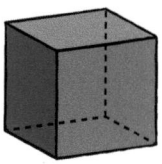

khối vuông

der Würfel

màu sắc
die Farben

màu trắng
weiß

màu vàng
gelb

màu cam
orange

màu hồng
pink

màu đỏ
rot

màu tím
lila

màu xanh dương
blau

màu xanh lá cây
grün

màu nâu
braun

màu xám
grau

màu đen
schwarz

nhiều / ít

viel / wenig

tức tối / điềm tĩnh

wütend / friedlich

xinh đẹp / xấu xí

hübsch / hässlich

bắt đầu / kết thúc

der Anfang / das Ende

to / nhỏ

groß / klein

sáng / tối

hell / dunkel

h (em) trai / chị (em) gái

r Bruder / die Schwester

sạch / bẩn

sauber / schmutzig

đủ / thiếu

vollständig / unvollständig

ngày / đêm

der Tag / die Nacht

chết / sống

tot / lebendig

rộng / chật hẹp

breit / schmal

ăn được / không ăn được

genießbar / ungenießbar

ác / tử tế

böse / freundlich

hào hứng / chán nản

aufgeregt / gelangweilt

béo / gầy

dick / dünn

đầu tiên / cuối cùng

zuerst / zuletzt

bạn / thù

der Freund / der Feind

đầy / rỗng

voll / leer

cứng / mềm

hart / weich

nặng / nhẹ

schwer / leicht

đói / khát

der Hunger / der Durst

bệnh / khỏe mạnh

krank / gesund

bất hợp pháp / hợp pháp

illegal / legal

thông minh / ngu

intelligent / dumm

trái / phải

links / rechts

gần / xa

nah / fern

mới / cũ

neu / gebraucht

không có gì cả / có cái gì đó

nichts / etwas

già / trẻ

alt / jung

bật / tắc

an / aus

mở / đóng

offen / geschlossen

im lặng / ồn ào

leise / laut

giàu / nghèo

reich / arm

đúng / sai

richtig / falsch

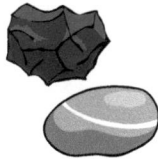

sần sùi / mịn màng

rau / glatt

buồn / vui

traurig / glücklich

ngắn / dài

kurz / lang

chậm / nhanh

langsam / schnell

ẩm ướt / khô ráo

nass / trocken

ấm áp / mát mẻ

warm / kühl

chiến tranh / hòa bình

der Krieg / der Frieden

0

số không

null

1

một

eins

2

hai

zwei

3

ba

drei

4

bốn

vier

5

năm

fünf

6

sáu

sechs

7

bảy

sieben

8

tám

acht

9

chín

neun

10

mười

zehn

11

mười một

elf

12
mười hai

zwölf

13
mười ba

dreizehn

14
mười bốn

vierzehn

15
mười lăm

fünfzehn

16
mười sáu

sechzehn

17
mười bảy

siebzehn

18
mười tám

achtzehn

19
mười chín

neunzehn

20
hai mươi

zwanzig

100
một trăm

hundert

1.000
một ngàn

tausend

1.000.000
một triệu

million

tiếng Anh

Englisch

tiếng Anh Mỹ

Amerikanisches Englisch

tiếng Quan Thoại

Chinesisch Mandarin

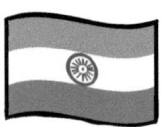

tiếng Hin-di

Hindi

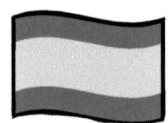

tiếng Tây Ban Nha

Spanisch

tiếng Pháp

Französisch

tiếng Ả-rập

Arabisch

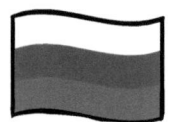

tiếng Nga

Russisch

tiếng Bồ Đào Nha

Portugiesisch

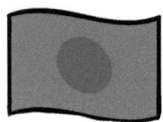

tiếng Bengal

Bengalisch

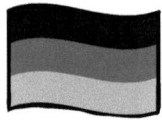

tiếng Đức

Deutsch

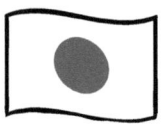

tiếng Nhật

Japanisch

tôi
ich

bạn
du

anh ta / cô ta / nó
er / sie / es

chúng tôi
wir

các bạn
ihr

họ
sie

ai?
wer?

cái gì?
was?

như thế nào?
wie?

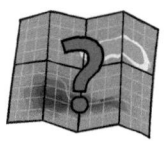

ở đâu?
wo?

lúc nào?
wann?

tên
Name

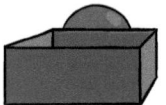

phía sau

hinter

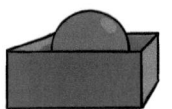

ở trong

in

phía trước

vor

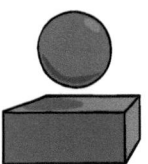

phía trên

über

ở trên

auf

ở dưới

unter

bên cạnh

neben

ở giữa

zwischen

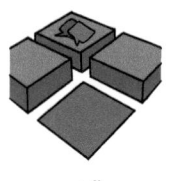

chỗ

der Ort